'शेवटची लढाई' या पुस्तकाला विनोदासाठी
महाराष्ट्र राज्य सरकारचा पुरस्कार प्राप्त-
२००१ - २००२

अभिप्राय

गंभीर प्रकृतीच्या कादंबरीमध्ये कलावादाची, वाङ्मयचौर्याची, एकूण कलाव्यवहाराची परखड चिकित्सा करणारे तटस्थ यादव या कथांमध्ये प्रसन्न विनोदाचा निर्मळ शिडकावा करतात, ही त्यांच्या लेखन व्यक्तिमत्वाची जमेची बाजू आहे.

— दै. लोकसत्ता, २५/८/२००२

सध्याच्या भ्रष्ट मराठी जीवनाचा वेध घेणाऱ्या भाष्यकाराचीही भूमिका असलेल्या कथा.

—तरुण भारत, बेळगाव दि. ३१/३/२००२

समाजाच्या भ्रष्ट व्यवस्थांवर बोचरी टीका करत यादव वस्तुस्थितीचे उपरोधिक दर्शन घडवितात. प्रत्येक कथेचा शेवट करताना ते वाचकांना गुंतवतात, अंतर्मुख करतात. परिणामी विनोद हा साध्य न राहात साधन या स्वरूपात काम करतो.

—मुंबई तरुण, दि. २/६/२००२

आपल्या स्नेहीजनांना पुस्तके भेट द्या

शेवटची लढाई

उपहास, उपरोधाच्या अंगाने समाजाचा वेध घेणाऱ्या
आनंद यादवांच्या विनोदी कथा

आनंद यादव

मेहता पब्लिशिंग हाऊस

Please contact us at **Mehta Publishing House,** 1941, Madiwale Colony, Sadashiv Peth, Punea 411030.

✆ +91 020-24476924 / 24460313

Email : info@mehtapublishinghouse.com
production@mehtapublishinghouse.com
sales@mehtapublishinghouse.com

Website : www.mehtapublishinghouse.com

- *या पुस्तकातील लेखकाची मते, घटना, वर्णने ही त्या लेखकाची असून, त्याच्याशी प्रकाशक सहमत असतीलच असे नाही.*

SHEVATACHI LADHAI by ANAND YADAV

शेवटची लढाई : आनंद यादव / कथासंग्रह

© स्वाती आनंद यादव

५, भूमी, कलानगर, धनकवडी, पुणे ४११ ०४३.

प्रकाशक : सुनील अनिल मेहता, मेहता पब्लिशिंग हाऊस,
१९४१ सदाशिव पेठ, माडीवाले कॉलनी, पुणे - ३०.

मुखपृष्ठ : शि.द. फडणीस

प्रथमावृत्ती : मार्च २००२/ ऑक्टोबर, २००६ /पुनर्मुद्रण : मे, २०१२

P Book ISBN 9788177661026
E Book ISBN 9789386454614
E Books available on : play.google.com/store/books
m.dailyhunt.in/Ebooks/marathi
www.amazon.in

'आवाज'चे   संपादक, पाटकर यांना...
त्यांच्यामुळेच या कथांचे लेखन करण्यास प्रेरणा मिळाली.

-**आनंद यादव**

अनुक्रमाणिका

गोपाळ भटजी आणि निवडणुकेश्वर

कोणे एके काळी पुण्यनगरीत गोपाळ भटजी नावाचा एक दरिद्री ब्राह्मण राहत होता. तो दरिद्री असला तरी आचारनिष्ठ, विचारनिष्ठ आणि चतुर होता. त्याचे पूर्वज पुण्यनगरीत येण्यापूर्वी एका कुग्रामात राहून धार्मिक कृत्ये करून जीवनचरितार्थ चालवीत होते. पण कुग्रामाच्या दारिद्र्यामुळे तेथे चरितार्थ चालेना... म्हणावी तशी प्राप्ती होईना म्हणून, आणि धर्मविधीशिवाय दुसरी कोणतीही कामे करणे नको वाटत होते म्हणून, आणि काहीही कामे न करता बसून सुग्रास भोजन करण्यात दंग होते म्हणून, त्यांचे स्थावर उत्पन्न लवकरच सावकाराच्या पदरी पडले. मग अनेक वर्षे क्षुधातृष्णेने पीडित झाल्यामुळे नशीब काढण्यासाठी ते पूर्वी केव्हा तरी पुण्यनगरीत आले.

येताना त्यांनी विकलेल्या स्थावर मालमत्तेतून घरी ठेवलेली एक छोटी दगडी मूर्ती बरोबर आणली होती. ही मूर्ती त्यांच्या मूळ कुलपुरुषाची होती. उदाहरणार्थ पेशव्यांचा मूळ कुलपुरुष बाळाजी विश्वनाथ, तसा तो यांचा मूळ पुरुष होता. त्याने पेशवाईत मिळवून ठेवलेले धन नंतरच्या वंशजांनी संपविले; पण त्याच्या रक्ताचा अभिमान त्यांच्या हाडीमांसी खिळला होता. पुण्यनगरीत अद्याप स्थावर मालमत्ता न मिळाल्याने ती मूर्ती तशीच देव्हाऱ्याच्या एका कोपऱ्यात पूजेची फुले आणि पाणी खात पडली होती. गोपाळ भटजीना तिचे ते दुःख सलत होते.

सत्यनारायणाची पूजा घालण्यास सामान्य जनांना चतुर गोपाळ भटजी प्रवृत्त करीत आणि आपला उदरनिर्वाह चालवीत. प्रसादफल म्हणून त्यांना आठ मुले झाली होती. चार पुत्र व चार कन्या अशी समान विभागणी परमेश्वराने आपल्या हातांनी केली होती. त्यामुळे नेमाने भटजींना काही ना काही उद्योग मिळविल्याशिवाय चरितार्थ चालविणे अशक्य झाले होते. धर्मपत्नी व मुले एका मुद्रणालयातून छापलेले फार्म्स आणून त्यांच्या घड्या घालून देण्याचा उपउद्योग करीत असत; पण त्यातून फारसे काही धन हाती लागत नव्हते. काही तरी अल्प श्रमांत भरपूर धन मिळावे असा

उद्योग त्यांना हवा होता; पण तो मिळत नव्हता.

प्रातःकाळी उठोन, शुचिर्भूत होऊन, हृदयी नारायण स्मरून तो ब्राह्मण पुण्यनगरीतील 'शनिपार'नामक प्रसिद्ध स्थानावर येऊन बसत असे. येथे सकाळी बसून ब्रह्मवृन्द नेहमी धंद्याची प्रतीक्षा करीत असे. नगरीतील कोणीही गरजू धार्मिक तेथे येऊन प्रेतविधीपासून तो पूजाविधीपर्यंत कोणत्याही धार्मिक कृत्यासाठी भटजी ठरवून नेत असे. तेथून जवळच असलेल्या बुधवार चौक नामक अप्रसिद्ध शुद्र स्थानावर सुतार, रंगारी, बिगारी, रोजगारी यांचा वृन्द म्हणजे अड्डा होता. तेथूनही गरजू धार्मिक प्रेतविधीपासून ते पूजाविधीपर्यंतची बिगार कामे, डेकोरेशनची मंगल कामे करण्यासाठी कामगारांना घेऊन जात असे. भटजीबरोबर बिगारीही मिळण्याची अशी सोय झाली होती.

पुण्यनगरी हळूहळू कलियुगात सापडू लागली. परमेश्वरकोपामुळे तिच्यावर पाश्चिमात्य यावनी संस्कृतीचा अंमल बसू लागला. लोक धर्मविधी विसरू लागले. प्रातःसमयी हरिपाठ, संतवचने, भक्तिस्तोत्रे यांचे पठण करण्याऐवजी रेडिओनामक व टी. व्ही. नामक कलियंत्रांची शृंगारोत्तेजक गीते ऐकू लागले, चित्रे पाहू लागले. काषायमद्यादी पेयांनी व्यसनासक्त झाले. विद्वान ब्रह्मवृन्दही मच्छ-मेष-कुक्कुटादीचे अभक्ष्य भक्षण करू लागले. यज्ञोपवीते काढून खुंटीवर ठेवू लागले. त्यांचा किल्ल्या बांधण्याच्या अपवित्र कामासाठी उपयोग करू लागले. प्रदोषसमयी नारायणाची पूजा ऐकण्याऐवजी कलियंत्रावर उत्तान चित्रगीते व चित्रपट पाहू लागले.

हे सर्व पाहून गोपाळ भटजींना अतीव दुःख होत होते. त्याहून त्यांचे खरे अतीव दुःख असे की, त्यांचा धार्मिक विधीचा परंपरागत व्यवसाय प्रत्यक्ष भगवंतासह धोक्यात आला होता. त्यामुळे त्यांना दिवस दिवसभर शनीच्या पारावर बसून चकाट्या नामक गंभीर स्वरूपाची, जीवनपंथाची चर्चा करून काळ व्यतीत करावा लागे. या चर्चेत त्यांचा कोणीही हात धरील, असा गाढा पंडित तेथे नव्हता. ही त्यांची पारंगतता लक्षात घेऊन विनप्रभावे व्यंकट भटजी, पुरुषोत्तम भटजी, विष्णू भटजी यांनी त्यांचे कायमचे शिष्यत्व पत्करले होते. पहिले दोन भटजी सोलापूरकडच्या दुष्काळी भागातून पुण्यनगरीत आले होते. तिसरे विष्णू भटजी खास परंपरेने चालत आलेली पुणेरी वृत्तीच धारण करून राहत होते.

परंपरागत ब्रह्मकर्माला म्हणजे पूजेच्या धंद्याला उतरती कळा लागली तरी प्रत्यक्ष भगवंताची कृपा त्यांच्यावर असल्यामुळे तो ब्रह्मवृन्द शनिपारावर तरी आनंदी असे. सायंसमयी त्यांच्या आनंदाला पौर्णिमेची सागरभरती येई. जवळच्या भागातच 'फुलेमंडई' नामक हटागार होते. आसपास रसपान गृह, चितळे स्वीट मार्ट-गृह, बेकरीगृह, शबाना आझमी प्रसाधन गृह, उडपी अंबाभवन उपाहार गृह, वस्त्रनिकेतन गृह इत्यादी अनेक गृहे होती. पुण्यनगरीतील कुलवती आर्यललना तेथे येऊन

गजगतीने किंवा बदक गतीने किवा हंसगतीने विहार करीत असत. त्या विहार करता करता मासळी, भुंगे, कमळे, हरिणे इत्यादी सदृश नेत्रकटाक्षांनी शनिपाराकडे पाहत असत. पंजाबी, सिंधी, बोहरी, वंजारी, कंजारी एवढेच नव्हे, तर महाराष्ट्रीय इत्यादी पद्धतीचे भारतीय विविधरंगी पोशाख घालून, विभ्रम विलास करीत तेथून त्या विशाल नितंबिनी, उन्नत उरोजवती, मदालस युवती सुहास्यवदनाने ब्रह्मवृन्दांकडे पाहत पाहत शनीला नमस्कारून जात असत. ब्रह्मवृन्दांना वाटे की इंद्रनगरीतील अप्सरांचे अंतःपूरच भगवंताच्या कृपेने मृत्युलोकावर अवतरले आहे.

असे नेत्रसुखाने तृप्त होत असले तरी गोपाळ भटजीची अन्नसमस्या भीषण बनत चालली होती. त्यांच्या पतिव्रता, चंद्रवदना, चारुगात्री धर्मपत्नीसह अन्नग्रहण करणारी नऊ मुखे घरी नवग्रहासारखी त्यांची प्रतीक्षा करीत असत. निदान रेशननामक धान्यार्जनासाठी तरी त्यांना दिवसभरात चार पैसे धन मिळावे म्हणून परमेश्वराजवळ ती नवरत्ने प्रार्थना करीत. पूजेचा परंपरागत पवित्र धंदा लोकशाहीत कालबाह्य झाला असला तरी, दुसरा कोणताही धंदा पोटापाण्यासाठी करणे भटजींना अब्रह्मण्यम वाटत होते. यामुळे लोकशाहीचा प्रवाह ओळखून या प्रवाहाला योग्य असेच आपल्या जुन्या धंद्याला नवे रूप कसे देता येईल, याचा विचार ते आपल्या कुशाग्र बुद्धीने करू लागले.

एके दिवशी पारावर चर्चा चालली असताना त्यांना एका दिव्य क्षणी पहिला साक्षात्कार झाला. वेशान्तर करून प्रत्यक्ष भगवंतच त्यांच्या समोरून येऊन गेल्यासारखे त्यांना वाटले. शेठ बजाज यांच्या कंपनीच्या कलियंत्रावरून जाणाऱ्या त्या पाठमोऱ्या भगवंतांना त्यांनी नकळत दोन्ही हात जोडून नमस्कार केला.

तो शनिवारचा शुभ दिन होता. गोपाळ भटजी शुचिर्भूत होऊन नुकतेच पारावर येऊन स्थानापन्न झाले होते. इतक्यात पारासमोर एक स्कूटर येऊन थांबली. टाय, कोट, पँट, बूट इत्यादी नास्तिक विलायती वस्त्रे धारण केलेला, उपनेत्र घातलेला, पश्चिमी पद्धतीचा केशसंभार असलेला, विज्ञाननिष्ठ वाटणारा अद्ययावत पूर्ण पुरुष तिच्यावर बसून तसाच शनीला मनोभावे नमस्कारून क्षणात विद्युत गतीने निघून गेला. जणू प्रत्यक्ष भगवंतच वर वर विज्ञाननिष्ठ दिसणाऱ्या त्या कलियुग पुरुषाच्या वेशात आपण स्वतः आणि स्कूटरच्या वेशात प्रत्यक्ष वैनतेय गरुड घेऊन तिथे आले होते. गोपाळ भटजींना ताडकन ज्ञान झाले की कलियुगातही धर्म वेशान्तर करून वावरतो आहे; त्याला शोधून काढले पाहिजे, त्याच्यावर स्वार झाले पाहिजे.

ते तसेच दिव्यक्षणाने भारल्यासारखे होऊन अबोलपणे उठले व निजधामाकडे गेले. गंभीरपणे अंथरुणावर पडून राहिले. काही न खाता रात्रीच्या स्वाधीन झाले; पण रात्रभर त्यांना निद्रा कसली ती आली नाही. प्रातःसमयी लवकर उठून त्यांनी राखुंडीसह सर्व विधिकर्म उरकले. रविवारी कारखाने चालू असतात; गुरुवारीच बंद असतात याची खात्री करून घेतली.

ठाकठीक वस्त्रप्रावरणे करून पुण्यनगरीतील मोठ्या उद्योगपतीच्या काही कारखान्यांत गेले. तेथील अनेक एक्झिक्युटिव्ह ऑफिसर्सनामक कंपनीच्या राजपुरुषांना भेटले आणि काय चमत्कार! त्यांना अनेक राजपुरुषांच्या घरांतील देवादिकांची पूजा करण्याची सदाम संधी उपलब्ध झाली.

मासिक वेतननामक दक्षिणा जमू लागली. हळूहळू घरे, देव्हारे आणि देवदेवता यांची संख्या वाढू लागली. दिवसातून एकावन्न वेळा एकाच देवाची पूजा त्यांना निरनिराळ्या घरी करावी लागू लागली. तरी ते न कंटाळता करू लागले. ऊर्वरित वेळात पारावर येऊन जीवनचर्चा करू लागले.

''भाग्यवान आहात बुवा गोपाळ भटजी.''

''अरे, भगवंताची ही कृपा. एके दिवशी भल्या पहाटे एक उद्योगपती आले नि गळी पडले. 'आमच्या घरच्या देवांची पूजा काहीही करून तुम्ही करावी. बिझनेसमधून मला टाईम मिळत नाही,' असे दीनवाणे होऊन विनवू लागले. म्हटले, परमेश्वराचीच पूजा आहे; आपण नकार का द्या? मी धर्मनिष्ठेने होकार दिला. पूजा सुरू केली. तर तुम्हाला सांगतो, आठ दिवसांत माझ्या घरी त्या उद्योगपतीच्या कारखान्यातील अधिकारी पुरुषांची रीघ.'' सत्यनारायणाला स्मरून चतुर गोपाळभटजी बोलले.

''आणि?''

''आणि काय? आतापर्यंत एकावन्न घरचे देव माझ्या ताम्हनात आहेत.''

''अबबऽऽऽब! गोपाळ भटजी, अहो काय हा देवांवर अन्याय! अहो, प्रत्येक देवाला पाच मिनिटे जरी धरली नि जाण्यायेण्यातला वेळ हिशेबी घेतला तर पाच तास तरी लागतील.'' विष्णू भटजी उद्गारले.

''म्हणजे नुसते देव बुचकळायला.'' व्यंकट भटजी.

''मोलकरीण पारोसी भांडी बुचकळून काढते तशी. खॅऽ खॅऽ खॅऽ'' पुरुषोत्तम भटजींची बत्तीशी.

''हसा बाबांनो, हसा! सकाळी साडेसहाला बाहेर पडतो ते साडेबाराला परततो. फुल्ल सहा तास ड्यूटी. कलियुग असले तरी धर्मकर्म अगदी मनोभावे करतो. पुण्य पदरात पडतं ते काही कमी नाही; एका हेडक्लार्कचा पगार. गुरुवारी सुटी. आहात ''कुठं?''

''म्हणजे पूजेला सुटी?''

''नाही; पूजेला सुटी नाही. साहेब त्या दिवशी घरी असतात. त्यांना तेवढं तरी डायरेक्ट पुण्य नको का पूजेचं? सगळं व्यवस्थित पढवून ठेवलं आहे. एरवी सणासुदीच्या सुट्ट्यांच्या दिवशीही ही डायरेक्ट पुण्याची कल्पना राबवतो आहे.''

''छान छान! भाग्यवान आहात.''

''भगवंताची कृपा; दुसरं काय?''

दीनवाणे होऊन पुरुषोत्तम भटजी हळूच म्हणाले, "गोपाळ भटजी, आमच्यासाठी त्यातील थोडी कृपा देऊ शकाल काय? पुण्य लाभेल. आम्हीही गरीब ब्राह्मण आहोत."

"कृपा जरूर करीन. अजून सेवेची बोलावणी येताहेत."

"मग द्या ना त्यातील थोडी आमच्याकडे पाठवून. आम्हालाही काही उद्योग नाहीत. उगीच मक्षिकावधाचे पाप करीत बसण्याचे दिवस आले आहेत."

"मानसिक तयारी असेल तर जरूर उद्योग मिळवून देईन; पण एका अटीवर."

"काय बुवा अट आहे; सांगा तर खरी."

"अट तशी विशेष नाही. या युगाचा कायदा सांभाळून बाकीचे लोक उद्योग-व्यवसाय ज्या रीतिरिवाजानं करतात तीच अट."

"म्हणजे? नाही बुवा काही कळलं."

"सांगतो; सध्या मंडईत दलाल आहेत, भवानी पेठेत अडते आहेत, घरे बांधणारे कॉन्ट्रॅक्टर्स आहेत, कर्जे मिळवून देणारे एजंट्स आहेत, पोलीस आहेत, सरकारी अधिकारी आहेत. हे घेतात काय; तर प्राप्तीतील चौथा हिस्सा म्हणजे ट्वेंटी फाईव्ह पर्सेंट कमिशन, गुडविल. रिवाज आहे हा. तुम्ही माझे जिवश्चकंठश्च मित्र. मला फक्त वीस पर्सेंट द्या. कामे आणून देण्याची जबाबदारी माझी. वसुली करण्याचा अधिकार माझा."

"दक्षिणेतील वीस टक्के पैसे तुमचे म्हणजे फार होतंय, गोपाळ भटजी."

"अं? मग बसा."

"अहो, बसा काय. नाही तरी आता एकावन्नाच्या घरानंतर पुढच्या घरची सेवा काय तुम्हाला करणं शक्य आहे काय? का उगीच ती घरं वाया घालवता? आम्हाला नेमून द्या." पुरुषोत्तम भटजींनी वयाच्या मोठेपणाचा फायदा घेऊन सुधरून सांगण्याचा प्रयत्न केला.

"अरे वा! पुण्य माझं आणि फळ तुम्हाला! छान!"

तरुण विष्णू भटजी दाढीचे खुंट वाढलेल्या श्रीमुखाने हसं दाबीत म्हणाले,"अहो, आमच्या गल्लीत दाते मास्तर म्हणून एक गरीब ब्राह्मण शिक्षक होता. उदरनिर्वाहाला पगार कमी पडतो म्हणून तो हळूहळू श्रीमंत मुलांच्या घरोघरी जाऊन ज्ञानदान करू लागला. बघता बघता त्याचा धंदा इतका फोफावला की, त्याला जेवण करण्यासही फुरसत मिळेना. मग त्याने युक्ती काय केली की, तो सगळ्या मुलांना आता आपल्याच घरी बोलावून तासाच्या ऐवजी त्यांना दीड तास ज्ञानदान करतो. वास्तविक गुरुगृही जाऊन शिष्यानं आपली विद्या आत्मसात करावयाचा, ही आपली जुनी परंपरा. पण याने तिचे मॉडर्नायझेशन की काय ते करून तिला 'दाते क्लासेस' असे नाव दिले आहे. मुद्दा काय तर आता गोपाळ भटजीही सगळ्या देवांना आपल्याच

घरी पूजेला बोलावून घेतील नि 'गोपाळ भटजीचे देवपूजा क्लासेस काढतील, झालं. आणि कलियुगातील भक्त आपल्या देवांनाही या क्लासेसला पाठवतील.'' या काव्यशास्त्रविनोदावर सगळेच भटजी खो खो करून हसू लागले.

''हसा हसा. प्रसंग पडला तर तेही करायला कमी करणार नाही. कलियुग आहे. पण तसे करण्याची तूर्त तरी पाळी येईल असे वाटत नाही. पुष्कळ भटजी एका मुकट्यावर कामं करायला तयार आहेत. मित्र म्हणून मी प्रथम तुम्हाला विचारलं, एवढंच. आग्रह नाही.''

ते असं बोलल्यावर खरोखरच सगळा भटजीवृन्द गंभीर होऊन विचार करू लागला आणि खूपच चर्चा करून कलियुगाच्या मान्य रिवाजानुसार त्यांनी वीस पर्सेंट दक्षिणा दरमहा गोपाळ भटजींच्या हातावर दान करण्याचे म्हणजे टिकविण्याचे मान्य केले.

दिवस जाऊ लागले. गोपाळ भटजींना थोडी उसंत मिळू लागली. प्रथम त्यांनी आपल्या घरी पवित्र परंपरेला धरून 'टिळकांचा केसरी' सुरू केला. समोरच्या तालमीच्या 'जयबजरंग' मोफत वाचनालयावर जाऊन 'सकाळ, तरुण भारत, महाराष्ट्र टाइम्स' वाचू लागले. त्यांच्यातील जाहिराती, राजकारण, समाजकारण, लफडी-भानगडी वाचून कलियुगातील शान मिळविण्यात त्यांना रुची वाटू लागली. या सगळ्या ज्ञानभांडाराचा अर्क काढून रोज सकाळ समयी ते प्राशन करू लागले. त्यामुळे त्यांची मानसिक आणि शारीरिक प्रकृती सुधारली. भोजनोत्तर दोन प्रहरी ते वामकुक्षी करू लागले.

हळूहळू त्यांनी पोशाखान्तर केले. श्मश्रू मुंडणासाठी आठ दिवसांतून एकदा नाभिकाकडे जाऊन पुण्यकर्म करीत असत; ते आता आपल्याच घरी दाढी काढण्याचे कलियंत्र आणून रोज आधुनिक पद्धतीने शेविंग करू लागले. शीर्षस्थानी थोडे केस वाढवून त्यावर काळ्या रंगाचे टोपीनामक शिरस्त्राण घालू लागले. पंचा सोडून धोतर, सदरा, कोट आदी वस्त्रे वापरू लागले.

असे आधुनिक होऊन अनेक कारखाने हिंडू लागले. तेथील अधिकाऱ्यांना गाठून 'वर्शिप मिशन' नावाचा बिझनेस करू लागले. मासिक वेतन ठरवू लागले. त्यांच्या याद्या करू लागले. अधिकाऱ्यांना सौदा स्वस्तात वाटेल याची दक्षता घेऊ लागले. मधूनच त्यांना शुभकार्यासाठी, इतरत्र चांगल्या पगारांच्या नोकऱ्यांवर अर्ज करण्यासाठी उत्तम मुहूर्त सांगून बोनस देऊ लागले. कोणता नंबर मध्यस्थानी असलेली लॉटरी तिकिटे काढावीत, कोणत्या अश्वस्पर्धेत कोणत्या आद्याक्षराचा अश्व प्रथम स्थानी येण्याची शक्यता आहे, हे आकडेमोड करून, त्यांची मांडामांड करून सांगू लागले. सगळ्या घोड्यांच्या जन्मकुंडल्या मिळाल्या तर प्रतिज्ञेवर कोणता घोडा कोणत्या स्पर्धेत कितवा येईल, हे सांगीन, असे पैज मारून सांगू लागले.

तिकिटांचे मनचाहे नंबर हेरून गुपचूप येऊ लागले, रेसराऊंडवर विकल्या जाणाऱ्या पुस्तिकांवरून नजर फिरवून अश्वनामे पाठ करू लागले. आपल्या कार्याविषयी ओढ लागेल अशी धर्मश्रद्धा, देवश्रद्धा, सत्यनारायणाची पूजा याविषयी जाता-येता सांगू लागले. परत येऊन आपल्या तीनही भटजी मित्रांना आणलेली धर्मकर्मे वाटून तिघांना समप्रमाणात सब-कॉन्ट्रॅक्ट्स देऊन उपकृत करू लागले. गल्लीबोळातील उप-कार्यकर्त्यांचे मुख्य कार्यकर्त्यांच्या कृपेने कसे ठीक चालते! तसे ह्या तिघांचे ठीक चालू लागले.

आता गोपाळ भटजींनी आपली एकावन्न घरेही ह्या भटजींना देऊन टाकली. तिघांना आता ते काम आवरेना. मग जादा सब-भटजी योजू लागले. प्रत्येकाची रोज तीस घरे झालीच पाहिजेत; म्हणून त्यांनी पेठवार आणि भटजीवार घरांची पुनर्मांडणी मतदार संघाची वेळोवेळी करतात तशी केली. सात सायकली घेतल्या. सातही भटजींना वापरण्यास मासिक भाड्याने दिल्या. हे भाडे इतर कोणत्याही सायकलमार्टपेक्षा निम्मे असे. त्यामुळे भटजी सब-भटजींनाही आनंद झाला. त्यांना भराभर पूजा अर्चा आवरून दुसऱ्या घरी नेसलेल्या मुकट्यानिशी सायकलीवर बसून पळता येऊ लागले. गोपाळ भटजीचा त्यातूनच उपउद्योग म्हणजे सबबिझनेस सुरू झाला. सायकलींची व्यवस्था भटजीची दोन्ही म्हणजे तीन व चार नंबरची मुले पाहू लागली. व्यवसायाचा चांगला जम बसला. घरबसल्या विनासायास पैसा जमा होऊ लागला. गोपाळ भटजींना स्वास्थ्य मिळू लागले. पण म्हणून ते गप्प बसले नाहीत.

स्वास्थ मिळेल तसा आपला व्यवसाय कलियुगाला धरून परिपूर्ण कसा होईल, याकडे लक्ष देऊ लागले. घरी बसून त्यांनी ज्योतिष शास्त्राचा कामचलाऊ अभ्यास केला. त्या शास्त्रातील कुठल्या तरी हिंदू पीठाची त्यांनी परीक्षा दिली व 'ज्योतिर्विद' ही पदवी संपादन करून घेतली. आता ते 'ज्योतिर्विद पंडित गोपाळ शास्त्री' झाले.

पुण्यनगरीमध्ये 'दैनिक प्रातःकाळ' नामक एक पत्रिका प्रकाशित होत असे. तिच्या 'वाचकांचा पत्रव्यवहार' नामक सदरातून एकच पत्र शब्द बदलून व पत्रकाराची नावे बदलून वरचेवर प्रसिद्ध होत असे. त्या पत्रातील आशय असा की 'पुण्यनगरीत विद्यमान काळात धार्मिक नागरिकांच्या दानशूरत्वामुळे गोखिल्लारे विपुल झाली आहेत. रस्त्यातून वाहनवासी नागरिकांना त्यांचा खूपच त्रास होतो. ही खिल्लारे उपमार्गावर तशी महामार्गावरही खुशाल बसून राहत असतात. या खिल्लारांना कुणी गोस्वामी नसल्याने ती 'देवाची गायरे' या प्राकृत नावाने ओळखली जातात. हटागारातील भाजी विक्रेत्यांनाही त्यांचा त्रास होतो. म्हणून त्यांचा महानगरपालिकेने वेळीच बंदोबस्त करावा.'

गोपाळ भटजीनी हे पत्र वर्षभरात आठ-नऊ वेळा तरी प्रसिद्ध झालेले पाहिले. प्रथम ते वाचून तिकडे दुर्लक्ष करीत होते; पण कोणे एके शुभ दिनी खुल्या

मुरलीधरनामक देवाच्या दर्शनास ते जात असताना त्यांना एक दृश्य दिसले. पुण्यनगरीचा एक महामार्ग दुतर्फा भरून नेहमीप्रमाणे माणसांनी वाहत होता. नागरिक वाहनवासी होऊन आपल्या नित्याच्या उद्योग-व्यवसायाला बाहेर पडून गतिमान होऊन चालले होते. मार्गाच्या मध्यभागी दोन कपिला गायी एकमेकीच्या मुखाकडे आपले पुच्छ करून उभ्या होत्या. अशा वेळी तेथे मोठी गर्दी होताना दिसत होती. जाता येता वाहनवासी, तसेच पादवासी तेथे क्षणभर थांबून गोमातांच्या अंगांना, मस्तकांना, तसेच पुच्छांना स्पर्श करून मनोभावे नमस्कारत होते. जवळच स्थानिक बसेसचा प्रमुख थांबा होता. त्यांचे चक्रधर प्रथम या गोमातांना नमस्कार करूनच सारथ्य करण्यासाठी आसनस्थ होत. एक धार्मिक वृत्तीची आर्य स्त्री एका हातात मोकळे पातेले घेऊन व दुसऱ्या हाताने गोमातेच्या पुच्छाखालील नाजूक जागा खाजवून खाजवून मातेकडून गोमूत्रदान मागत होती. गोमाता, बिचारी आर्य स्त्री खाजवेल तसे बरे वाटून डोळे मिटून घेत 'अजून खाजव, अजून खाजव' असे सुचवीत होती. आसपासच्या 'एरंडवना'नामक सुसंस्कृत उपनगरातील डॉक्टर्स, इंजिनिअर्स,कॉन्ट्रॅक्टर्स, ॲडव्होकेट्स यांच्या पतिव्रता धर्मभार्या पवित्र मनाने येऊन गोमातांसाठी राखून ठेवलेला केळीच्या पानातील गोग्रास प्रत्यक्ष येऊन देत. तदनंतर स्लीव्हलेस घातलेले, कंकणे नसलेले, आपले दोन्ही मॉडर्न हात जोडून त्यांना नमस्कार करत. लिपस्टिक लावलेल्या मुखांनी मातेकडून रंगीत आशीर्वाद मागत व पुण्यवान होऊन रिक्षा करून परत जात.

कलियुगातील हे धर्मनाट्य गोपाळ भटजींच्या दृष्टीस पडले आणि त्यांना दुसरा साक्षात्कार झाला. अष्ट सात्त्विक भावांनी त्यांच्या अंगावर दरदरून घाम आला. आकाशमध्यावर विद्युल्लता चमकावी तसे डोक्यामध्ये झाले. त्या दिवशीही रात्रभर त्यांना निद्रा आली नाही. त्या दिवशी केलेल्या मिष्टान्नावरची त्यांची वासना उडाली नि ते एकांतवासी झाले.

दुसरे दिवशी स्नानसंध्यादी नित्य कर्मे उरकून ते महानगरपालिकेच्या कार्यालयात गेले. योग्य त्या अधिकारी-पुरुषांना भेटून त्यांनी पुण्यनगरीतील सार्वजनिक मोकळ्या जागांची माहिती मिळविली. त्यांचे प्रत्येकी क्षेत्रफळ व नेमके नगर संदर्भ मिळविले. त्याच वेळी प्राकृत नाम 'कार्पोरेटर्स' असे असलेल्या नगरसेवकांची माहितीही मिळवून ते परत आले.

आणि पाहता पाहता पुढील काही दिवसांत पुण्यनगरीत एक चमत्कार झाला. नगरीच्या एका गजबजलेल्या वस्तीत नागरिकांच्या कुमार-कुमारींना क्रीडास्थानासाठी ठेवलेले एक मैदान चिमणलाल चोरडियानामक एका धार्मिक नगरसेवकाने महाधार्मिक प्रयत्न करून ते 'नवधर्म संस्कृतिविकास मंडळाच्या ट्रस्टला' पुण्यनगरवासिनी गोमातांच्या संगोपनार्थ देऊन टाकले. गोमातांची विनामूल्य सेवासंगोपन करण्याचे ट्रस्टनेही धर्मभावनेने मान्य केले.

या घटनेमुळे पुण्यनगरीतील नागरिकांचे दोन्ही प्रश्न यशस्वीपणे सोडविल्याबद्दल नागरिकांनी स्वयंस्फूर्तीने एक नगरसभा घेतली आणि चिमणलाल 'चोर'डियाच्या अध्यक्षतेखाली महापौरांचे मनःपूर्वक अभिनंदन करणारा ठराव एकमताने व एकमुखाने पास करण्यात आला. 'पुणे नगरवासीयांच्या धार्मिक भावना न दुखवता नगरातील मार्गातील गोमातांचे धार्मिक अडथळे यशस्वीपणे काढून टाकले. तसेच महाराष्ट्राच्या धर्मविद्येचे माहेरघर असलेल्या पुण्यनगरीच्या संस्कृतीला धरून तेहतीस कोटी देव आपल्या शरीरात धारण करणाऱ्या गोमातेची प्रसिद्ध गोशाळा स्थापन केली. या अपूर्व व तोड नसलेल्या कार्याबद्दल महापौरांचे अभिनंदन करावे तेवढे थोडेच आहे,' अशा आशयाचा ठराव केला.

या ट्रस्टमध्ये गरीब आणि निरुपद्रवी असलेल्या पुरुषोत्तम भटजींव्यतिरिक्त उरलेले दहा सभासद म्हणून गोपाळ भटजीचे गरीब पण धार्मिक कुटुंबच होते.

गोपाळ भटजी लवकरच उद्योगाला लागले. त्यांनी पुण्यनगरीतील सर्व सवत्स धेनू त्यांचे पती, पुत्र, कन्या सहपरिवार एकत्र करून आणले आणि त्यांची ते सेवा करू लागले.

लवकरच गोशाळेच्या बाहेर एक पाटी लावण्यात आली. 'येथे सर्व पूजाविधींसह गोग्रास, गोपूजा स्वीकारली जाईल. धार्मिक कार्यासाठी गाईचे शुद्ध तूप, शुद्ध दूध, शुद्ध गोमूत्र योग्य किमतीत मिळू शकेल.'

आणि आश्चर्य असे की पुण्यनगरीतील हिंदुधर्मीय नागरिकांच्या इतिहासप्रसिद्ध रांगाच्या रांगा त्यासाठी लागू लागल्या.

याच वेळी सदाशिव पेठेत मध्यवस्तीत 'श्रीकृष्ण दुग्धालय' व त्याच्या शेजारी 'मगनलाल स्वीट मार्ट' नावाचे श्रीखंड-पेढे-बर्फीचे दुकान निघाले. वास्तविक या दुकानांशी गोपाळ भटजींचा किवा त्यांच्या गोशालेचा आणि चिमणलाल चोरडियांचा काहीही संबंध नव्हता. ही दोन्हीही दुकाने गोपाळ भटजींचा श्रीधर नावाचा मुलगा व त्याच्याच वर्गात असलेला मगनलाल हा चिमणलाल चोरडिया यांचा मुलगा यांनी भागीदारीमध्ये स्वतंत्रपणे काढली होती. त्यांचा आणि त्यांच्या दोन्ही बापांचा या धंद्याशी काडीचाही संबंध नव्हता. दोन्हीही मुले बी.कॉम. म्हणजे पदवीधर झाल्यावर महाराष्ट्र सरकारच्या 'सुशिक्षित बेकारांना कर्ज' या धोरणानुसार स्वतंत्र व्यवसाय करायला प्रवृत्त झाली होती. शेजारधर्म म्हणून त्यांनी विष्णू भटजी, व्यंकट भटजी, पुरुषोत्तम भटजी यांच्या मुलांना अल्पसा मेहनताना देऊन हाताखाली मदत करण्यासाठी घेतले होते. ही मुले आपल्याच बापांच्या भाड्याच्या सायकली वापरून भल्या पहाटे उठून दुधाचे रतीब घालून येत होती आणि विद्यार्जनासाठी स्वकष्टाने धन मिळवीत होती. भगवंताच्या कृपेने त्या दोन्ही मुलांच्या उद्योगाचा लवकरच जम बसला.

गोपाळ भटजींचा मोठा मुलगा अर्थशास्त्र घेऊन एम. ए. उत्तीर्ण झाला. त्याप्रीत्यर्थ घरच्या शुद्ध गाईच्या खव्याचे शुद्ध पेढे वाटण्यात आले. घरचा सत्यनारायण घालण्यात आला. त्याच्या निमंत्रणपत्रिका काढून व्यापारी वर्गात, नंतर सेवक वर्गात, उद्योगपतींना, त्यांच्या अधिकारी पुरुषांना वाटण्यात आल्या. मोठ्या प्रमाणात गर्दी झाली. गोपाळ भटजींच्या भविष्य सांगण्याच्या कलेची ती फलश्रुती होती.

वास्तविक गोपाळ भटजींचा ज्येष्ठ पुत्र गंगाधर हाच दुग्धालयाच्या व स्वीट मार्टच्या उद्योगात पडावयाचा होता; पण जेव्हा हा उद्योग सुरू केला तेव्हा त्याचे फक्त एक वर्ष पदवीसाठी राहिले होते आणि तो विद्याग्रहणात बरा असल्याने त्याला तीमध्येच पारंगत करावे असे गोपाळ भटजींच्या मनाने घेतले. पण त्याला पहिला वर्ग मिळाला नसला तरी 'तिसरा वर्ग' नावाचा एक वर्गच मिळाला आणि याचाच आनंद गोपाळ भटजींना झाला; म्हणून त्यांनी सत्यनारायण घातला.

या सत्यनारायणाच्या महाप्रसादाला शेठ माणिकचंद हे महाराष्ट्राचे एक थोर उद्योगपती स्वतः गाडी घेऊन आले होते. गोपाळ भटजी त्यांना वेळोवेळी मुहूर्त काढून देत व भविष्य वर्तवत असत. एकदा भटजींनी त्यांना असेच महाराष्ट्र सरकारच्या एका कामाचे टेंडर भरण्यासाठी मुहूर्त सांगितला होता आणि त्यात 'शून्य' हा आकडा अंत्यस्थानी नको, असेही सुचविले होते. परिणामी शेठजींना ते सरकारी काम असूनही सहजासहजी मिळाले आणि त्यात त्यांना भरपूर फायदाही झाला. त्यामुळे त्यांची आणि गोपाळ भटजींची मैत्री जमून आली.

गोपाळ भटजींनी त्यांना आपल्या दोन्ही कर्तृत्ववान मुलांची ओळख करून दिली. ती ऐकून माणिकचंद प्रसन्न झाले. त्याच क्षणी गोपाळ भटजींनी त्यांना एक रहस्य सांगितले की, ''शेठजी, माझ्या या गंगाधरचे ग्रह उच्च स्थानी आहेत. तो ज्या उद्योगपतीच्या कारखान्यात नोकरीस राहील, त्याचा उद्योग दिगंत पसरणार आहे. विशेषतः भारत सरकारचे आर्थिक ध्येयधोरण ओळखून, त्याचा अभ्यास करून कोणत्या मालाचे उत्पादन कोणत्या साली करावे, हे अचूक सांगण्यात त्याची बुद्धी विलक्षण चमक दाखवील. आणि मी माझी ज्योतिष विद्याही त्याच्या अर्थशास्त्राच्या विद्येला मदतीला देणार आहे. तेव्हा तुमच्यासारख्या उपकारकर्त्याच्या कारखान्यातच फक्त मी माझ्या गंगाधराला सेवा करण्यासाठी अनुज्ञा देणार आहे. त्याचा तुम्हीही जरूर विचार करावा, ही विनंती.''

''मी जरूर विचार करीन. तुम्ही तुमच्या मुलाचा अर्ज कंपनीकडे पाठवून द्या. मीटिंगमध्ये मी सर्व काही बॉडीला सांगीन.'' गोपाळ भटजीची देववाणी ऐकून माणिकचंद खूष झाले होते.

आणि तीनच महिन्यांत गंगाधर हा माणिकचंद उद्योग समूहाचा आर्थिक सल्लागार म्हणून बडा मोठा अधिकारी झाला.

गोशाळेला पाणी कमी पडते म्हणून गोपाळ भटजी गोशाळेच्या प्रचंड आवारात 'गोमुख' नावाची विहीर माणसे लावून खणत असतानाच पुण्यनगरीच्या महापालिकेच्या लोकशाही निवडणुका आल्या. नगरसेवकांची कामाची एकच घाई उडाली. निवडणुकीसाठी लागणारा पैसा कसा जमवावयाचा, कोणत्या पक्षातर्फे फॉर्म भरावयाचा, कोणत्या देवाला नवस बोलावयाचा व तिकडे जाऊन त्याची महापूजा करून यावयाचे, याची एकच गर्दी उडून गेली.

वॉर्डावॉर्डातून मतदारांच्या नव्या व्यूहरचना करण्यात आल्या. कार्यकर्ते कामाला जुंपण्यात आले. कुणाला नक्त रकमा देण्यात आल्या. निवडून आल्यावर महापालिकेच्या खात्यात कुणाला नोकऱ्या देण्याची वचने देण्यात आली. अगोदरच जाहीर झालेल्या रस्तारुंदीमध्ये ज्या व्यापाऱ्यांची दुकाने जाणार होती व ज्यांची घरे जाणार होती, त्यांना हातात घट्ट हात घेऊन 'रस्तारुंदीच रद्द करून दुसराच पलीकडचा रस्ता रुंद केला तर कसा फायदा होणार आहे याची योजना मांडण्याची व ती पास करून घेण्याची' हमी देण्यात येत होती. त्यासाठी व्यापारी, घरमालक, त्यांचे भाडेकरू यांच्याकडून स्वतंत्र स्वतंत्र निवडणूक कार्यासाठी धन घेतले जात होते. कुणाची बायको नांदत नव्हती, तिला माहेराहून काढण्यात व सासरी नांदणे भाग पाडण्यात आले. कुणाच्या भावाची बदली हवी तेथे करून देण्याचे वचन देण्यात आले. वॉर्डातील नागरिकांनाही पुढील काही वर्षांत कोणकोणत्या सुधारणा वॉर्डात केल्या जातील, याची घाऊक अभिवचने नेहमीप्रमाणे देण्यात आली.

अशा रीतीने जिकडे तिकडे बंदोबस्त करून उमेदवार, नगरसेवक कुणी तुळजापूरला तर कुणी पंढरपूरला, कुणी खंडोबाला, तर कुणी जोतिबाला, कुणी गाणगापूरला तर कुणी परळी वैजनाथला गाड्या घेऊन जाऊ लागले. गोपाळ भटजींनी त्यांतील अर्धेअधिक नगरसेवक मुहूर्त बघून दाही दिशांना दिग्विजयासाठी पाठविले होते. या नगरसेवकांच्या, महापालिकेच्या, नगर पेठांच्या आणि पक्षांच्या कुंडल्या पाहून, यांच्या गुंतागुंतीचा एकत्र विचार करून गोपाळ भटजींनी त्यांना अचूक मुहूर्त अर्ज भरण्यासाठी काढून दिले होते. तसेच कोणत्या पक्षातर्फे अर्ज भरावयाचे त्यांची नावेही दिली होती. त्यासाठी गोपाळ भटजी आपले पिशवीभर ग्रंथ घेऊन एका एका उमेदवाराच्या घरी जाऊन रात्ररात्रभर गणिते मांडून मुहूर्त काढत व इतर माहिती देत. आतील खोलीत त्यांची ही मांडामांड चाललेली असे आणि बाहेरच्या खोलीत नगरसेवकांची राजकारणावर पाणीदार चर्चा चाललेली असे.

मग उत्तर रात्री किंवा पहाटे मुहूर्त सापडे. तोपर्यंत भटजींच्या कानांवर बाहेरील खोलीतील सोमरस प्यालेल्या आधुनिक ऋषिमुनींच्या राजकारणाची सर्व चर्चा पडत असे. चर्चेत चर्वितचर्वण येऊ लागल्यावर आपोआप मुहूर्त सापडत असे. पण याचे रहस्य भटजींच्या फक्त सुप्त मनालाच माहीत होते; भटजींना ते कधीच माहीत नव्हते.

अशाच एका शुभदिनी प्रातःसमयी गोपाळ भटजी एका उमेदवार नगरसेवकाच्या निवडणुकीचा मुहूर्त काढून देऊन व बाकीचेही भविष्य वर्तवून परत येत असताना त्यांच्यासमोर एक भगवी अँबॅसिडर कार येऊन थांबली.

"नमस्कार गुरुजी." माजी नगरसेवक तात्यासाहेब गायकवाड कारमधून खाली उतरले. त्यांनी भटजींना वाकून नमस्कार केला.

"अरे अरे! हे काय!" भटजी हसत हसत म्हणाले.

"या पहाटेच्या वेळी तुमच्या रूपानं प्रत्यक्ष परळी वैजनाथच भेटल्यागत वाटलं. तिकडेच दर्शनासाठी चाललो आहोत. तुम्ही दिलेल्या मुहूर्तावर बाहेर पडलो आहोत."

"शुभास्ते पंथान:! माझे भरपूर आशीर्वाद! पण माझ्यापेक्षा तो तुम्हाला हजार हातांनी वर आणणार आहे. चला उशीर करू नका. सूर्योदयापूर्वी नगराबाहेर मार्गस्थ व्हा."

"बरं येतो."

गाडी निघून गेली.

आणि गाडीकडे पाहत असताना गोपाळ भटजींना तिसरा दिव्य साक्षात्कार झाला. त्यांचे मन चिंतू लागले की हा सगळा भगतगण एवढ्या लांब लांब पाठविण्यापेक्षा हे सगळे देवच इथे गोशाळेत आणले तर? -तर सर्व देवांचे पुण्य आपल्या पदरात पडेल. पण हे सगळे देव एकत्र कसे आणायचे? ही तर सगळी तीर्थक्षेत्रे आहेत. अनेक वर्षांची परंपरा निर्माण झाल्यानं ती स्थानं 'तीर्थक्षेत्रं' म्हणून नावारूपाला आली आहेत.

गोपाळ भटजी तीन दिवस, तीन रात्री अस्वस्थ झाले. त्यांना अन्नपाणी गोड लागेना. जागतिक महाबँकेवर दरोडा घालण्यापूर्वी एखाद्या दरोडेखोराच्या मनावर जसा प्रचंड ताण सिनेमात येतो, तसे ते दिसत होते. जणू ते तपश्चर्येला बसले होते. चौथ्या दिवशी पहाटे त्यांचा डोळा लागला नि क्षणभरात अंगावर वीज पडल्यासारखे ते उठले.

नुकतीच अंथरुणावर उठून बसलेली धर्मपत्नी दचकली. "काय झालं हो? काही दुःस्वप्न तर पडलं नाही ना?"

"नाही. पण दिव्य साक्षात्कार झाला. तू आता तुझ्या उद्योगाला लाग. मी माझ्या उद्योगाला लागतो." असे म्हणून ते झटपट उठले. प्रातर्विधी आटोपून त्याच गतीनं उद्योगाला लागले.

त्यांनी देव्हाऱ्यातील देवांची सवयीनुसार मनोभावे पण थोडक्यात पूजा केली आणि देव्हाऱ्याच्या कोपऱ्यात पडलेली मुंडा हात म्हणजे दीडएक फूट उंचीची, पूर्वज पुरुषाची, काळ्या पाषाणाची मूर्ती त्यांनी हळूच उचलून खाली काढली. मनोमन तिची क्षमायाचना केली. श्रीधरला हळूच उठविले. नव्या काढत असलेल्या

विहिरीच्या दिशेने दोघेही टिकाव, पाटी व मूर्ती घेऊन गेले. गोपाळ भटजींनी नाट्यात्मक मौन धरले होते. त्याचा मानसिक ताण श्रीधरवर फारच आला होता. त्या पवित्र पहाटेच्या समयी ते दोघे विहिरीत उतरते झाले. विहिरीला अजून पाणी लागले नव्हते. त्या विहिरीत जाऊन गोपाळ भटजींनी एखाद्या दैत्यासारखे टिकावाचे घाव घातले नि दोन हात खोल खड्डा विहिरीच्या मध्यभागावर काढला. त्यात हळूच पूर्वज पुरुषाची मूर्ती ठेवली नि तिच्यावर माती घातली. खड्डा बुजवला. बुजवताना तुडवून तुडवून पक्का केला. पुन्हा त्यावर आवश्यक माती ओढून परत निघून गेले.

भटजी घामाने डवरून आले होते. हातपाय धुतल्यावर त्यांचे मौन अचानक सुटले नि त्यांनी मगरीच्या पकडीने श्रीधरचा दंड धरला; ''कुणालाही हे सांगू नकोस. नाही तर तुलाही तसाच अचानक गाडून टाकीन. कुठे तोंड घेऊन पळून गेला म्हणून सांगीन. मला साक्षात्कार झाला आहे. माझी गणितं तुम्हाला कुणाला कळणार नाहीत. तुमच्या कल्याणासाठीच हे सर्व चाललं आहे... बोलशील कुणाला?'' गच्च धरून भटजींनी श्रीधरला विचारलं.

बापाचे हे पाशवी क्रौर्य भित्र्या श्रीधरला चांगलेच ठाऊक होते. पुष्कळ वेळा सर्व कुटुंबीयांच्या अनुभवाला आले होते. श्रीधरला शब्दच फुटेना. घाबरल्या नजरेनं बापाकडं पाहत त्यानं नकारात्मक मान हलविली.

''जा मग. बाकीच्यांचा बंदोबस्त कसा करायचा ते मी पाहतो.'' असे म्हणून भटजी सकाळच्या नित्यकर्माला लागले.

तो सोमवारचा दिवस होता. आदल्या दिवशीची रविवारची सुटी घेऊन विहिरीचे खोदकाम करणारे कंत्राटदार आणि त्याचे मजूर आले आणि उद्योगाला लागले.

माध्यान्ही दिनमणी आलेला असताना विहिरीमध्ये एकदम गडबड उडाली. खोदलेली दगड-माती भरताना एक मजुराच्या पाटीत हातभर उंचीची स्वयंभू मूर्ती आली. ते पाहून कंत्राटदार गोपाळ भटजींच्या गोशाळेकडे धावत गेले.

''भटजी, विहिरीत खोदताना देवाची मूर्ती सापडली.''

''काय सांगता! नारायण नारायण! भगवंत शेवटी मला शोधत आले. अहो भाग्यम्!''

विहीरखोदाईचे काम थांबविण्यात आले. 'गोशाळेची विहीर खोदताना देवाची स्वयंभू मूर्ती सापडली. देव सापडला! स्वयंभू देव सापडला!' आगीसारखी पुण्यनगरीभर वार्ता पसरली.

आसपासचे निरुद्योगी लोक जयजयकार करत धावत आले. अशा कामाला उत्साहाने धावणारे ढोलवादकांचे ताफे वाजत आले. गणपतीच्या वेळी नुसतेच नाचणाऱ्यांचे ताफे नाचत आले. घरात बसून कंटाळलेल्या श्रद्धावान स्त्रिया हळद-

कुंकू, भरलेले जलकुंभ घेऊन नटूनथटून देवाला पाणी घालायला बाहेर पडल्या. पुण्यनगरीत सोमवार हा व्यापाऱ्यांचा सुटीचा दिवस. त्यांना ही बातमी कळताच ते गाड्या, स्कूटर्स घेऊन येता येता कागदात फुलवाल्याकडून फुले-पाने कागदात बांधून विकत घेऊन धावत आले.

गोपाळ भटजींच्या गोशाळेचे मैदान माणसांनी भरून गेले. मूर्तीला वाजत गाजत विहिरीतून बाहेर काढले. गोशाळेच्या एका रिकाम्या बाजूला तात्पुरती सावली करून तेथे मूर्ती पाटावर बसविली. भटजींनी वेदपठण करणाऱ्या पाच ब्रह्मणांना बोलाविले. त्यांनी फॅशनप्रमाणे विधीपूर्वक मंत्र म्हटले. यज्ञ केला. माणसाच्या ठिकाणी प्राणप्रतिष्ठा त्यांना करता येत नव्हती; पण अमर देवाच्या ठिकाणी मात्र ते प्राणप्रतिष्ठा करू शकत होते. तशी त्यांनी त्याही देवाच्या ठिकाणी केली. प्राणप्रतिष्ठा झाल्यावर प्रसाद वाटण्यात आला.

सर्व काही झाल्यावर धीरगंभीर होऊन गोपाळ भटजी बोलावयास उभे राहिले. ''पुण्यनगरवासी पुण्यवान नागरिकहो, मी एक गरीब ब्राह्मण. भगवंताची भक्ती करीत श्रद्धेने राहिलेला माणूस. परमेश्वरी प्रेरणेने गोमातेची सेवा मी पत्करली आणि या गोशाळेत आलो. पण परमेश्वर माझ्या सेवेची इथं वाट पाहत होता. जणू त्यानंच मला या जागेवर गोमातेच्या सेवेबरोबर आपलीही सेवा करण्यासाठी बोलावून आणले होते; याची मला कल्पना नव्हती. पण गेले तीन दिवस मी अस्वस्थ आहे. मला कसली ते निद्रा नाही. गाढ निद्रेत मला दिव्य प्रकाश दिसावयाचा आणि मला विजेचा बसावा तसा धक्का बसून जाग यावयाची. असे का होते आहे हे कळत नव्हते. आज सोमवार! कैलासपती शंकराचा वार! त्याची कृपा मजवर झाली नि ही हजारो वर्षे, कुठल्या तरी त्रेता युगात गाडली गेलेली मूर्ती आज पुन्हा नव्या युगात बाहेर आली. रामदास स्वामींना अशीच राममूर्ती चाफळच्या खोऱ्यात सापडली. पुंडलिकाला अशीच विठ्ठलमूर्ती पाणी घ्यायला चंद्रभागेत उतरला असताना सापडली. ती प्रसिद्ध तीर्थे झाली. हीही तशीच मूर्ती पुण्यनगरीच्या कृपेने आम्हास सापडली आहे. तिचे आपण याच जागेवर मंदिर बांधू या. धर्मवंतांनी, दानवंतांनी, भक्तांनी आपल्या कुवतीनुसार एक रुपयापासून एकशे एक रुपयांपर्यंत इथल्या इथे या महान शुभक्षणी किंवा उद्यापासून एक आठवडाभर केव्हाही वर्गणी आणून द्यावी. मंदिरासाठी तिचा वापर होईल. या पवित्र जागेवर पुढील युगायुगांसाठी तुमच्या हातून या स्वयंभू परमेश्वराचे मंदिर होणार आहे, हे विसरू नका. जय भगवंत! जय नारायण!'' म्हणून गोपाळ भटजी खाली बसले. एखाद्या प्रेषितासारखे ते बोलत होते.

जमलेल्या नागरिकांनी व लक्ष्मीरोडवरील भाविक व्यापाऱ्यांनी ही संधी आलेली पाहून तिथल्या तिथे आपल्या खिशात हात घातले आणि स्वयंस्फूर्तीने वर्गणी दिली. किती रुपये जमले त्याची गणतीच नव्हती.

दुसरे दिवशी ही बातमी पुण्यनगरीच्या संतुलित दृष्टिकोण असलेल्या पण असल्या धार्मिक वृत्तांना अग्रक्रम देणाऱ्या 'लोकविज्ञानवाणी' नामक वृत्तपत्राने छायाचित्रासह सविस्तर छापली. एखाद्या वेदमहर्षीचे छापावे तसे गोपाळ भटजीचे शेजारी छायाचित्र छापले. त्यामुळे मुठा नदीच्या पुराचे पाणी पाहायला धावावे किंवा रणजित देसाई यांची 'स्वामी' कादंबरी वाचून येऊरच्या गणपतीकडे धावा, तसे भगतगण तिकडे धावले. वर्गण्यांचा, देणग्यांचा पाऊस पडू लागला.

गोपाळ भटजीची आरंभी पुण्याच्या आकाशवाणीवर व नंतर मुंबईच्या दूरदर्शनवर सविस्तर मुलाखती झाल्या. सापडलेल्या स्वयंभू मूर्तीची लांबून-जवळून अशी फिल्म घेऊन ती खुद्द मूर्तीच दूरदर्शनवर दाखविली. भटजींचे जुने घर, त्यांचा देव्हारा, यांचे बदामी कागदांचे जीर्ण ग्रंथ, त्यांची धर्मपत्नी, चहा पिताना, भोजन करताना त्यांची रांगेत बसलेली सर्व मुले, गोपाळ भटजींचा जुना पंचा, पळीपंचपात्र हे सर्व दूरदर्शनवर क्लोजअप घेऊन दाखविण्यात आले. त्या वेळी कळून आले की गोपाळ भटजींनी आता भगवान रजनीशांच्यासारखी दाढी वाढविली असून ते तसेच दिसत आहेत; त्यांचा उल्लेखही आचार्य गोपाळ पंडित असा होऊ लागला आहे.

दूरदर्शनवरील कार्यक्रम पाहून ठाणे-मुंबई-गुजराथ इकडील सुखवस्तू भाविक, कोट्यधीश उद्योगपती या देवाच्या दर्शनाला येऊ लागले नि देणग्या देऊ लागले. देवाची बिकट अवस्था पाहून त्यांनी परस्परच एका 'देणगी मंडळाची' स्थापना केली नि मिळेल ते धन गोपाळ भटजींच्या स्वाधीन करण्याचे ठरविले. नाशिकच्या बिटको मंदिरापेक्षा किंवा चाफळच्या बिर्ला मंदिरापेक्षा भव्य आणि सुंदर असे मंदिर बांधण्यासाठी स्थानिक व्यापारी मंडळ धावून आले. कारण त्यांच्या लक्षात आले होते की, कलियुगातील मंदिरे देवांच्या नावाने प्रसिद्ध न होता बांधणाऱ्याच्या नावाने प्रसिद्ध होतात.

बघता बघता पुन्हा एकदा गोपाळ भटजींना दृष्टान्त झाला. प्रत्येकी सोमवारी सायंकाळी होणाऱ्या एका प्रवचनात ते देवासमोर बोलले, "पुण्यनगरवासींनो, रात्री भगवंत पुन्हा स्वप्नात आले होते. स्पष्ट अशा देववाणीत ते बोलू लागले. तेच मी तुम्हाला आज प्राकृत मराठी वाणीत सांगणार आहे. देव म्हणाले, वत्सा, मी सर्व युगातून प्रवास करीत करीत आज लोकयुगात पुन्हा तुझ्या भूमीत जन्म घेतला आहे. हे लोकयुग विलक्षण आहे. पूर्वी राजेमहाराजे शेजारच्या राष्ट्रांवर, शत्रूवर विजय मिळविण्यासाठी, तसेच दिग्विजय मिळविण्यासाठी माझीच पूजा करीत असत. मला नवस करत. अभिषेक करत. माझा कृपाप्रसाद मागत. मी त्यांना तो देत असे. आता लोकयुग सुरू झाले आहे. कोणतीही संस्था असो, मंडळ असो, ग्राम असो वा नगर असो, राज्य असो वा राष्ट्र असो, रशिया असो वा अमेरिका असो, तिथे निवडणुका हाच निर्णायक विजयाचा निकष समजला जातो. तेव्हा या लोकयुगात सत्शील अशा

माझ्या भक्तांना निवडणुकांत विजय मिळवून देण्यासाठी मी 'निवडणुकेश्वर' म्हणून या पुण्यनगरीत अवतार घेतो आहे.'' तेव्हा भक्त हो, बोला निवडणुकेश्वर महादेव की जय!'' प्रचंड जयजयकार झाला.

आणि त्या शुभदिनी पुण्यनगरीत निवडणुकेश्वराचा नवा महा अवतार लोकयुगात झाला. प्रचंड मंदिर उभे राहिले. त्याच्या शेजारी गरीब गोपाळ भटजींचा 'गोप्रासाद' उभा राहिला. तेही आता 'भगवान गोपाळ भटजी' झाले. त्यामुळे त्यांनी आता तरुण विष्णू भटजींना असिस्टंट म्हणून आपल्या सेवेसाठी नेमले. आता तिथे तिरुपतीच्या खालोखाल दक्षिणाधन जमते. गोपाळ भटजींचा बी.कॉम. मुलगा हाताखाली पाच अकाउंटंट ठेवून ते रोज मोजतो. राज्यातील कोणत्याही निवडणुकीला उभा राहिलेला उमेदवार तेथे प्रथम येतो आणि दक्षिणा देऊन आशीर्वाद घेऊन जातो.

पुण्यनगरीत कधी कधी लोकशाहीची आठवण होऊन जनता एकदम महानिद्रेतून जागी होते. 'रस्ते दुरुस्त करा, पाण्याचा प्रश्न सोडवा; रॉकेल नाही, साखर नाही अन्नधान्ये महाग झाली, भाववाढ रोखा, गटारी तुंबल्या, कचऱ्याचे ढीग रस्त्यांवर डोंगरासारखे साठले, महापालिकेत वशिलेबाजीला ऊत आला' अशी काहीबाही खुसपटे काढून ही जनता आरडाओरडा करते. संप करते, सभा घेऊन निषेध करते महापालिकेवर मोर्चे नेते. पण नगरसेवकांना तिची भीती नाही. त्यांची सेवा निर्वेधपणे चाललेली असते. त्यांना निवडून येण्यासाठी गोपाळ भटजींनी भक्कम मुहूर्त काढून दिलेला असतो, भविष्य सांगून त्यातील संभाव्य धोक्याच्या निवारणासाठी अगोदरच सत्यनारायण घालायला सांगितलेले असते. म्हणून ते आपापल्या खुर्च्यांवर निर्धास्त बसून असतात.

परवा पुण्यनगरीत अशाच एका आयुक्ताच्या बदलीवरून दीर्घ काल संप झाला अनेक दिवस नगरी बंद ठेवली. सभा घेतल्या. मोर्चे काढले, निषेध केले. महासभा झाली.

त्या सभेला गेलेले भगवान गोपाळ भटजी आणि विष्णू भटजी सभा संपवून परत चालले होते. भगवान गोपाळ भटजी गंभीरपणे म्हणाले, ''ही भोसडीची जनता कितीही संप, मोर्चे, निषेधसभा घेऊ दे, तिला यश मिळणे त्रिकाल शक्य नाही.''

''का देवा?'' विष्णु भटजीनी नम्र होऊन विचारले.

''अहो, कोणतीही कृती मला विचारून मुहुर्ताने केल्याशिवाय आणि निवडणुकेश्वराला नवस बोलून केल्याशिवाय तिला यश मिळणार कसं? तिला अजून हे वळणच लागलं नाही.''

''देवाधिदेवा, कसे बरोबर बोललात. तुम्हीच आता काहीतरी आणीबाणीचा विचार करून साक्षात्कारी प्रेरणेनं तिला वळण लावू शकाल.''

"बघू बघू. काही तरी उपाय काढू" असे म्हणून विचार करीत करीत भगवान गोपाळ भटजी निवडणूकेश्वराच्या मंदिराकडे वळले. त्याला त्यांनी मनोभावे नमस्कार केला. परंपरागत चालत आलेल्या आपल्याच जुनाट रक्ताला ते नमस्कार करत होते. निवडणुकीतील सगळ्याच वत्सांचे आणि नंदीबैलांचे तेच आता ईश्वर झाले होते. एखाद्या हुकूमशहा दिल्लीश्वरासारखे ते गो-प्रासादात जाऊन विसावले.

वाचकहो, तुम्ही लोकयुगात निवडणुकेश्वराला नवस बोला आणि फक्त एकदाच निवडून येऊन आजन्म धन मोजीत बसा. भगवान गोपाळ भटजींचा आणि निवडणुकेश्वराचा तुम्हाला भरपूर आशीर्वाद असो. देवाची भक्ती करता करता एक दिवस तुम्हालाही दिव्य साक्षात्कार होईल, की लोकशाहीतील अनागोंदी परिस्थितीवर जॉकीसारखा स्वार होऊ पाहणारा पण गरिबीचं पांघरूण घेऊन संधीची वाट पाहत दबा धरून बसलेला तुमच्याही मनात एक गोपाळ भटजी आहे.

पीळ

आज पूजा शिस्तीने आणि बारकाईने चालली होती. गंगाधर देवघरात येऊन पूजा न्याहाळत बसला होता. पूजा करता करता सत्तरीच्या उंबरठ्यावर आलेल्या तरी टणक, निरोगी वाटणाऱ्या पंतांच्या मनात भूतकाळ जागा होत होता. आठवणी उत्कटपणे येतील तसा मधेच सूर वाढत होता. समोरच्या दत्तमूर्तीवर डोळे खिळायचे. त्यांच्यात पाणी तरारायचे. पंत मग ताठ व्हायचे. निष्ठा दृढ होत जायची. गंगाधरकडे अधूनमधून डोळे भरून पाहायचे. पुन्हा आठवणीची गर्दी व्हायची.

मोठमोठ्या खाणाखुणांनिशी आयुष्याच्या प्रवासाची मोजदाद करणं, ही त्यांची नित्याची सवय. लोकांना याच पद्धतीनं सांगायचे... टिळकांच्या मृत्यूनंतर तीन एक वर्षांनी माझा जन्म. दुसरं महायुद्ध सुरू झालं नि इकडं माझ्या बोडक्यावर अक्षता पडल्या. माझ्या लग्नाच्या नावानंच जगभर दारूगोळा उडू लागला. बेचाळीसच्या क्रांतीची लाट उसळली नि पहिली कारटी जन्माला आली. त्यानंतर दोन-दोन वर्षांनी घरात दोनदा क्रांत्या झाल्या. त्यानंतर गांधीवधाच्या महिन्यात चिंतामणीचा जन्म. तीन कन्यांवर चौथे पुत्ररत्न. एकुलते नि शेवटचे. तीनही मुलीच झाल्यावर श्रीदत्तात्रेयाच्या चरणी लागलो नि इच्छापूर्ती झाली, म्हणून 'चिंतामणी' नाव ठेवलं. वतनाचा, मिळकतीचा एकुलता एक वारस. ब्राह्मण असून शिकला नाही. कसाबसा एस.एस.सी. पास झाला. लाडकेपणाचा परिणाम हूडपणात झाला. वाटलं होतं, इनाम भरपूर आहे; खाईल नि राहील. पण जग पालटलं, परंपरा ढासळल्या. नवे कायदे आले नि इनाम जमिनी दाही दिशांनी निघून गेल्या. त्यात ऐन तिशीत मुलाचा मृत्यू. त्याच्या मृत्यूनंतर त्याच्या आईनं ध्यास घेतला नि बिचारी दोन वर्षांत झडून झडून गेली. 'चिंतामणीलाही तीन मुलींवर एक पुत्र. गंगाधर. केवळ नातवात माझा जीव अडकला आहे. तो मोठा असता तर मी सुटलो असतो या संसाराच्या चक्रव्यूहातून...' बोलता बोलता त्यांचा संवाद देवाशी कधी सुरू व्हायचा ते कळायचं नाही.

मुलाचा सगळा संसार दत्तात्रेया, माझ्या संन्याशाच्या गळ्यात का म्हणून बांधलास रे बाबा? असं मी तुझं काय वाकडं केलं होतं?

गंगाधरचा आज बारावा वाढदिवस. तप उलटून गेलं होतं. घरातल्या घरातच सगळं विधिपूर्वक चाललं होतं. पूर्वीची परिस्थिती असती तर आज जेवणावळ झडली असती.

पण आज पंतांनी प्रथम स्नान करून देवपूजा सुरू केली. मुलींनी प्रथम आंघोळी करून गंगाधराला तिघींनी मिळून आंघोळ घातली. त्याच्या अंगाला उटणं, साबण, तेल लावलं. गोदूवहिनींनीही आपलं अंगधुणं आवरून स्वयंपाकाला सुरुवात केली होती.

आज रविवारचा दिवस. अनायासे सगळे साधून आले होते. गोदूवहिनींच्या हाताखाली तीनही मुली इकडे-तिकडे करू लागल्या होत्या. जानकीनं आणि शांतानं एस.एस.सी. होऊन शाळा सोडली होती. लग्नाची वाट बघत त्या बसल्या होत्या. मुक्ता नववीला होती. म्हणजे आणखी एक-दोन वर्षांनी तीही शाळा सोडणार होती. मुलींना जास्त शिकवू नये अशा मताचे पंत. तशात येळगाव हे खेडं. एस.एस.सी. पर्यंत तिथं शाळा होती. अशा खेड्यातून मुलींना परगावी शिक्षणासाठी पाठविण्याइतके पंत पुढे गेलेले नव्हते.

त्यांनी आपलं सगळं लक्ष नातवावर केंद्रित केलं होतं. काही झालं तरी ते त्याला शिकवणार होते. या पोरट्या पित्याचा खंड वसूल करायला मागे राहिल्या होत्या. केवळ जग बदललं म्हणून कारट्यांना एवढं शिकवलं; नाही तर स्त्रियांना कशाला शिकवायला पाहिजे? या नोकऱ्या करू लागल्या तर घरदार-संसार बघणार कोण?लग्नं तर झाली पाहिजेत, म्हणून हा शिक्षणाचा फार्स. नाहीतर ह्या भोरड्या जन्मभर गंगाधराला फोडून खातील.

दीड दोन तासांनी पूजा संपली.

"शांतेऽऽ!"

"आले."

"चहा करायला सांग." त्यांचा करडा आवाज घरात घुमला. क्षणभर घर थरथरल्यागत झालं. निम्म्या वाटेत आलेली शांता पुन्हा स्वयंपाकघरात गेली. आत कुजबूज झाली. स्वयंपाकघरात गुंतलेल्या गोदुवहिनींनी फराळाची एक ताटली तयार केली. शांता ती घेऊन पंतांच्याकडे आली. पंतांच्या मनात अजून पूजेचे प्रतिध्वनी, ती निष्ठा लोळत होती.

"हे कशाला आणलंस? तुला फक्त चहा आण म्हटलं होतं. कान किटले का?"

"आईनं दिलं."

"तिला अक्कल नाही; निदान तुला तरी. शाळा शिकली आहेस. काही बुद्धी? गंगाधरला ओवाळलंस का? काही खाल्लं का त्यानं? वाढदिवस त्याचा का माझा?"

शांता गप्पच.

"शुंभासारखी थांबू नकोस. जा ते आत घेऊन. गंगाधराचं सगळं झाल्यावर मग तोंड गोड करायचं. चहा आण फक्त."

शांता धडपडत आत गेली. पंत सोप्यावर टाकलेल्या जुन्या बैठकीवर बसून राहिले.

पंत गोदूवहिनींसह या पोरींना फाडून खायचे. गंगाधरशिवाय त्यांनी मवाळ शब्द कुणाशीच केला नाही. गेल्या दहा-बारा वर्षांत तर ते फारच तामसी बनत गेले. शांतानंतर चिंतामणीला मुक्ता झाली. त्या वेळी तर ते सगळं सोडून महिनाभर कुठं कुठं तरी जाऊन प्रवास करून आले. कोर्टकचेऱ्यातील शेतीची कामे तशीच पडून राहिली. मुक्ता झाली त्या वेळी त्यांची जमीन बहुतेक कूळकायद्यात गेल्यातच जमा झाली होती. तालुक्याला, जिल्ह्याला त्यांच्या सारख्या फेऱ्या होत होत्या. शेवटी व्हायचे तेच झाले. अनेक वर्षे झगडले. निरनिराळ्या प्रकारांनी पुनःपुन्हा दावे दाखल केले. तरी बहुतेक जमिनी कुळाच्या ताब्यात गेल्या. येळगावाची जमीन तेवढी यांच्या हातात राहिली. तीही गावात होती म्हणून. अनेक खटपटी लटपटी करून, धाकदपटशा नि दडपणे घालून त्यांनी कुळाकडनं राजीनामा लिहून घेतला होता. तेवढ्या जमिनीवर सगळा उदरनिर्वाह चाललेला. जमीन स्वतः कसतोय, असे ते दाखवत होते. नऊ-दहा एकरांवर कसं तरी वर्ष पार पडत होतं.

सारखा भूतकाळ मनात भरून येई. त्या भरात ते स्वतःशीच मोठ्यानं बोलत. त्यांची ती सवय सगळ्यांना माहीत होती.

चहा घेऊन येणाऱ्या गोदूवहिनींच्या कानावर काही शब्द पडले. "काय ते?" अभावितपणे त्या म्हणाल्या. सासरा असला तरी घरातला एकुलता एक कर्ता पुरुष.

त्याच्याशिवाय दुसरा आधार नव्हता. तोंड फटकळ असलं तरी संसाराचा गाडा निभावून नेत होते. मुलींसाठी कुठं कुठं जाऊन स्थळं शोधत होते. त्यांना त्यांच्याविषयी काहीसा आदरच होता. काहीशी भीतीही होती. पंतांचा दराराही होता.

त्यांनी विचारल्यावर पंतांच्या लक्षात आलं की, आपण स्वतःशीच फारच मोठ्यानं बोलतोय. "तुला नाही हाक मारली."

"काही बोललात असं वाटलं."

"काही नाही. तुला नाही कळायचं ते. चहा ठेव नि तू जा आपल्या कामाला."

गोदूवहिनींनी बैठकीसमोर चहा ठेवला नि त्या चौकटीला टेकून तशाच दाराशी गप्प उभ्या राहिल्या.

बाहेरच्या दारातून रस्त्याकडं पाहत पंतांनी चहा घेतला. कपबशी बैठकीच्या उजव्या हाताला ठेवायला ते गेले नि त्यांना गोदूवहिनी दारातच उभ्या राहिलेल्या दिसल्या.

त्यांनी डोळे ताणावले. धोतराच्या शेवटाने ओठावरच्या मिशा पुसल्या नि गडगडले, ''काही काम काढलं असेल.''

''काम असं नाही. पण..''

''तेच. निवान्तपणानं बसू द्याल, तर सूनपणाला बट्टा लागेल ना.''

''पोरीना सांगितलं असतं. पण..''

''पण काय? बाहेर जावं लागणार, हेच ना?''

''होय. घरातलं तूप संपलंय. थोडंही शिल्लक नाही. गंगाधरला ओवाळायला निरांजनं करायची आहेत. वाढदिवस आहे म्हणून तूप हवं. नाही तर..''

''मग हे काल का नाही सांगितलं? ह्या वेळी गावात कोण भेटेल का? सगळे शेतावर जातात बोंबलायला. गाव जळल्यागत होतं या वेळी. निदान रात्री सांगण्याइतकी तरी बुद्धी ठेवायची होती.''

गोदूवहिनींचं सांगायचं तेवढं सांगून झालं होतं. त्या फक्त ऐकत मुकाटपणे उभ्या होत्या. त्यांच्या हे जवळजवळ अंगवळणी पडलं होतं. बोलून बोलून शेवटी पंत कामासाठी उठतात, हे त्यांना ठाऊक होतं. त्यांच्यासाठी त्यांनी आत लोण्याचे भांडंसुद्धा स्वच्छ करून पुसून ठेवलं होतं.

''उभी राहू नकोस शुंभासारखी. भांडं आण,'' असं म्हणून जानव्यातली किल्ली चाचपत ते पैशाच्या कपाटाकडं चालले. माझंच चुकलंय त्याला तू तरी काय करणार? शेतीवाडीवर तुळशीपत्र ठेवलं तेव्हाच या घराला आग लावायला पाहिजे होती.'' ते स्वतःशीच बडबडत पैसे काढू लागले.

शेतीवाडी जाऊ लागल्यावर त्यांचं सगळं वैभव हळूहळू नाहीसं होत गेलं, हे सगळ्या गावाला माहीत होतं. त्या वेळी सोप्यात धान्याची घडवंची शिगेला लागलेली असायची. घरात दुधं सूर्योदयाच्या वेळीच स्वच्छ कासंडींतून यायची. लागल्यासवरल्या वस्तू गावातल्या कुळाला सांगितल्याबरोबर घरात येऊन पडायच्या. कुणाला घराबाहेर जावं लागायचं नाही. गावातली कित्येक भांडणं त्यांच्या दिवाणखान्यात नाहीतर ओसरीवर मिटवली जायची. पंत उभयपक्षाला भरपूर शिव्या देऊन घ्यायचे. लोक हसत हसत त्या ऐकायचे. संध्याकाळी पंत शेतावर फिरायला चालले की गावात दरारा वाटायचा.

आता हे सगळं हटलं होतं. वाणी उधार द्यायला तयार नव्हता. गावातलं दूध तालुक्याच्या डेअरीचा माणूस येऊन न्यायचा. ट्रॅक्टरच्या ट्रॉलीमधन माळवं जिल्ह्याला जायचं. रोख पैसा लोकांच्या हातात येत होता. माणसंही बनली होती. पैसा करायला

शिकली होती. फुकट मानमरातबासाठी कुणी कामं करून द्यायला तयार नव्हतं. पंतांचे पैसेही आता माणसांना वेळेवर मिळत नव्हते. त्यांचं तोंडही जास्त जास्त सुटत चाललं होतं. गावातली भांडणं आता ग्रामपंचायतीच्या हापिसात सुटत होती. प्रत्येक भांडणात काँग्रेसचं राजकारण शिरत होतं. पंत चिडून जात होते. माणूस कैचीत सापडल्यावर भरपूर शिव्या देऊन घेत होते. त्यांना सगळं गावच आपल्यावर बिथरल्यागत वाटत होतं. पण गाव सोडूनही जाता येत नव्हतं. कुठं जाणार? गेले असते तर रानातली पिकं गावगड्यांनी लुटून नेली असती. आहे त्या जमिनीवर निर्वाह करायचा नि दिवस काढायचे, असं ठरवून ते कोंडून पडल्यागत राहिले होते. नाइलाजानं त्यांची कामं त्यांनाच करावी लागत होती. बायकामाणसांना काही झालं तरी बाहेर पाठवणं त्यांच्याच्यानं होत नव्हतं. सगळं लक्ष गंगाधरवर. गंगाधरही चिंतामणीचं वय वाढत गेल्यावर जन्माला आलेला. चिंतामणी असता तर पंतांवर हे संकट आलं नसतं.

स्वतःशी कटाकटा बोलत त्यांनी पैसे काढले. अंगावर बिन कॉलरचा, सैल बाह्यांचा सदरा घालून ते दाराकडं वळले. गोदूवहिनींनी भांडं मधे सोप्यात आणूनही ठेवलं होतं.

उन्हाळ्याचे दिवस. सूर्य डोक्यावर चढू लागला होता. उन्हं तापू लागली होती. पंत भांडं घेऊन कदमाच्या गल्लीत आले.

"कमळाऽऽ!" कमळा कदमिणीच्या दारात येऊन त्यांनी तिला हाक मारली.

त्यांच्या दणकट आवाजानं रडून रडून पेंगत बसलेलं. सोप्यातलं कमळाचं पोरगं टाणदिशी उडालं. उठून उभं राहिलं नि पंतांकडं बघू लागलं.

"एऽ कमळेऽ!...शिंची गेली कुठं?"

"आई भाकरी घेऊन गेली बाबाची." असं म्हणताना त्या पोराचा गिळलेला आवंढा पुन्हा सुटला.

"भोसडीच्या! रडायला काय झालं?"

"मला घरात भाकरी ठेवली न्हाई."

"मग जा शेतावर.... म्हैस दूध देते का नाही?"

"काय की."

"काय की? घरात असतोस का मसणात?"

पोराला काहीच कळलं नाही. ते त्यांच्याकडं बघतच उभं राहिलं. काका तणतणत पुढं गेले. राधा कासारणीचं दार त्यांना उघडं दिसलं.

"कोण आहेत का रे?"

जेवत बसलेली राधा चाटकरून उठली नि बाहेर आली.

"या काका, बसा की."

"बसायला वेळ नाही."

"वाईच घटकाभर टेका."

"कामं आहेत."

"करशील म्हणं. बसा... घरात कुणाला काकणं भरायची हाईत?"

"काकणं कसली डोंबलाची भरतीस?"

"मग आणि काय काम काढलंय?" कासारीण जरा नाराज झाली.

"लोणी आहे का तुझ्याकडं?"

"आयोऽऽ देवा! म्हस अटून म्हैना झाला की हो, काका. आता तिला पाचवा म्हैना बघा फळून. दोन वर्स दूध दिलं. आता ऐन पावसाळ्यात यायची. पंचमीला हो." ती लाडात येऊन म्हशीचं कौतुक सांगू लागली.

"जळली तुझी पंचमी. मला आता लोणी पाहिजे होतं. घरात सगळं अडून बसलयं." काका वळले. त्यांना आपला वेळ विनाकारण गेला असं वाटलं नि ते स्वतःशी बडबड करत जाऊ लागले.

"जरा चटणीभाकरी खायला शिका म्हंजे लोण्यावाचून कायबी अडत न्हाई. म्हैना झाला माझी म्हस आटून. तवापासनं दह्याताकाचा एकबी थेंब जिभंवर पडला न्हाई. तरीबी अजून मी मेली न्हाई नि तुम्हालाच कसं दुभत्यावाचून घटकंत मरण येतंय?" राधा आपल्याशीच फणकारून आत वळली नि तुकडा चावू लागली.

पंतांना ऊन जास्तच जाणवू लागलं. कपाळावरचं आठ्यांचं जाळं जास्तच दाट होऊ लागलं. डोळे बारीक होऊ लागले. भांडं नसलेला हात हळूहळू चाळवू लागला. तोंडातल्या तोंडात बोलत ते चालले.

तालमीच्या कोपऱ्याजवळ जानू गोणगुडा उभा होता. त्यानं उगीचच दोस्ताला हाक मारावी तशी पंतांना हाक मारली, "काय काका? काय बेत?"

काकांनी वर बघून डोळे मोठे केले. पण जानबाच्या चेहऱ्यावर काहीच फरक पडला नाही. काकांचं पित्त खवळलं.

"काय रे, तुला माझ्या बेताची चौकशी करायला कुणी सांगितलं?"

"तसं न्हाई काका. सजावारी इचारलं. काय असलं काम तर करून टाकावं म्हणून बोललो." तो हसत बोलला.

काकानाही कामाची आठवण झाली. "लोणी आहे का बोल?"

"लोणी?"

"हां!"

"ह्या दिसांत आता हो कुठलं लोणी? गाव कसलं भिकनुसं! तसल्यात उन्हाळ्याचं दीस. म्हशी आटून गेलेल्या."

"बाकीचं शाणपणच्या नको. तुझ्या घरात असलं तर बोल."

“माझ्या घरात?” जानबा मोठ्यानं हासला.

“माझ्या घरात मला मिशीला लावायलाबी लोणी मिळत न्हाई नि तुम्हाला कुठलं देऊ?”

“मग तोड बंद कर. बाकीचं बोलू नको.”

पंत चालू लागले; तरीही जानबा जाता जाता बोललाच. “बघा फिरून गल्लीगल्लीनं कुठं मिळतंय का?”

काका लांब गेले.

“बायला! बामणांस्नी लोण्याबिगर चालत कसं न्हाई?” म्हणत जानबानं आपल्या घराकडं तोंड फिरवलं.

पंतांच्या कानांवर त्यांतले काही शब्द गेले असावेत. त्यांची कपाळाची शीर टणकारून फुगली. ते स्वतःशी मोठ्यानं बडबडू लागले. हरामखोर साले! सडकेवर कुणाशी कसं बोलावं, हेसुद्धा कळत नाही गाढवांना. माजलेत नुसते. पांढरी टोपी घातली की ह्यांच्या टक्कुऱ्यात शहाणपण पिकतं, असं यांना वाटतं. राज्य करतात राज्य! लोकशाही आली आहे! गाढवं सरळ राखता येतात का रांडलेकाच्यांनो!...

मनोमन त्यांचा पारा चढत चालला होता. रक्त तापलं होतं. हातवारे करीत ते उन्हातून चालले होते. त्या नादातच अनेक ठिकाणी भटकले. आजचा दिवस त्यांना चांगला लागला नाही. स्वतःशी बोलता बोलता त्यांनी संसारावर आणि गावावरही भरपूर तोंडसुख घेतलं.

गावाच्या दुसऱ्या शिवेला सोना कोकणीचं घर होतं. तिथं आले. सोना तशी नटरंगी, पैसा करून बसलेली. दोन-तीन म्हशी पाळलेल्या. त्यांच्या दुधाचा पैसा होत होता. एकटीच चैनीत खात होती. पाटलाचा शामू अधनं मधनं येत होता. तोही पैसे देऊन जात असावा.

सगळं कसं मज्यात चाललं होतं. अशा बाईच्या घराची पायरी चढायची पंतांची इच्छा नव्हती. पण तुपासाठी खरकटं खाण्याचा प्रसंग आला होता.

“सोनेऽ.”

“काय हो, काका? उनाचंच गरिबाघरी येणं केलं?”

पंत आत आले.

“थांबा हं, घोगडं टाकती बसायला.”

“हे बघ, घोगडबिगडं काही करत बसू नको. मी का पाहुणा होऊन आलो नाही तुझ्या घराकडं.”

सोना मध्येच बोलली.” अगं बाई! काय करू तरी ह्या व्हैकाला! अहो, भटजी गडी तुम्ही. कवा न्हाई ते हिकडं आलासा; म्हणून टाकलं घोगडं.”

“अडल्या हरीगत माझी गत झालीय. गाढवाचे पाय धरायची पाळी येते या गावात.”

“गाढवाच्याबी नशिबात चार दीस चांगलं असत्यात, काका.”

“म्हणून तर तुझ्या घराची पायरी चढलो.”

“गरज असली म्हंजे छत्तरपती येत्यात. तुम्ही तर बामण गडी. काय पाहिजे बोला.” सोनाच बोलणं तुटक होत गेलं.

“लोणी आहे का?”

“लोणी व्हय? हाय की.”

“अर्धा किलो दे.”

“तीस रुपय बसतील अर्ध्या किलोला.”

“तीस रुपये? लोणी म्हशीचं का तुझं काढलंस?”

पंतांच्या बोलण्यातला पीळ सोनाला कळला.

“पस्तीस रुपय पडतील आता, काका.”

“जळलं तुझं लोणी!”

“लोणी माझं हाय. गरज तुमची.”

“गरज बंद.” पंत गरजले. “म्हैस घेऊन लोणी काढतो. तुझं लोणी शामू पाटलाच्या टाळूवर घालून चाट.” पंत ताडताड बाहेर पडले.

“पैसा सुटत न्हाई, तर लोण्याची वासना कशाला करावी, काका? वाण्याच्या दुकानात डालडा मिळतोय बघा सस्तात. बसून खावा जावा.” पंत चिडलेले बघून सोनानं त्यात तेल ओतलं.

पंत रस्त्यानं तडातड फुटत चालले. वरून डोक्यावर सूर्य दणकत होता नि पंतांचं डोकं सुरुंगासारखं धडाडत होतं. गावावरनं गाढवाचा नांगर फिरवला पाहिजे ह्या. भोसडी माझी किंमत करती. रांडे, पाण्यावर पैसे काढून जगतेस, लोण्याचा धंदा करतेस का सोन्याचा? काय रीत तरी. पंधरा-वीस रुपयाचं लोणी; त्याला तीस रुपये सांगती. वर नखरा कसबिणीचा. तुझ्या हातचं लोणी घेण्यापेक्षा शेण खाऊ. म्हैस घेऊन दाखवतो. कोण समजलीस तू मला? वतनं गेली तरी मोडणारा ब्राह्मण नाही हा. माझी किंमत करतीस शेंदडे!

पंतांना घरं हिडायचं भान राहिलं नाही. त्यांच्या नकळत ते मोठमोठ्यानं स्वतःशी बोलत घराकडं परत फिरले. तोंडाला फेस येत होता. घराच्या दारातनं माणसं अधनंमधनं त्यांच्या बडबडण्याकडं बघत होती. पंतांचं तिकडं लक्ष नव्हतं. त्यांच्या डोक्यात काही तरी प्रचंड थैमान घालत होतं.

दारातून त्यांनी आत फेकले लोण्याचं भांडं टाणटाण उडत स्वयंपाकघरात जाऊन थडकलं. गोदूवहिनींच्या लाटण्याखालची पोळी फिरायची तशीच थांबली.

त्या भांड्यानं त्यांच्या लक्षात सगळा प्रकार आणून दिला. आता सासरेबुवा खूप वेळ बोलबोल बोलणार, आदळआपट करणार, तसेच बोलत जेवण करणार नि दुपारची गाढ झोप त्यांना लागल्यावर सगळं घर शांत होणार, हे त्यांना कळून चुकलं होतं.

पण पंतांच्या तोडातून भलतंच बोलणं बाहेर पडलं. ते ओरडले, "दागिन्यांचा डबा कुठं आहे?"

गोदूवाहिनी एकदम बिचकल्या. उठून बाहेर आल्या.

"काय ते?"

"कान किटलेत काय? दागिन्यांचा डबा कुठं आहे?"

बोलायची काही सोयच नव्हती. त्या आत गेल्या. आतल्या कपाटात कडीकुलुपात ठेवलेला दागिन्यांचा डबा त्यांनी बाहेर आणला. त्यांच्या पुढे ठेवला. पंतांनी तो पायात धरून दणकन् उघडला. पाटल्या काढून बगलेच्या खिशात घातल्या. तोंडाने गावाला शिव्या चालूच होत्या. सोना कोकणी, शामू पाटील, जाजू गोणुगडा यांचा उद्धार चालला होता. संसारावर त्यातील काही दारूगोळा पडून फुटत होता. अशा वेळी त्यांच्या कृतीवर लक्ष ठेवून सगळी मंडळी गप्प उभी होती.

पाटल्या घेऊन नि पागोटं डोक्याला गुंडाळून पंतांनी आपल्या कपाटातील काही पैसे घेतले. दागिन्यांचा डबा तसाच गोदूवहिनींकडे सारून ते पायांत जोडे घालू लागले. गोदूवहिनींच्या काळजाचं पाणी झालं. कुठं जाणार, केव्हा परत येणार, यासंबंधी ते काहीच बोलेनात.

"कुठं चाललात मला कळेल का?"

"मसणात! केलास का अपशकुन?"

"नाही, गंगाधरचा वाढदिवस आहे, म्हणून म्हटलं."

"वाढदिवस बंद!"

"लोण्यासाठी एवढा का त्रागा करायचा. नाही मिळालं तर नाही. दुसऱ्या कशावर तरी निभावून नेऊ. डालडा आहेच की."

"तोंड बंद कर. जादा वटवट नको. प्रश्न लोण्याचा कुठं आहे?"

गंगाधर नि पोरी घाबऱ्या डोळ्यांनी पाहत एका बाजूला उभ्या होत्या. दीनवाण्या झालेल्या.

पंत तोंडाचा पट्टा चालू ठेवूनच बाहेर पडले. उभ्या उन्हात तरातरा चालू लागले. पोटात सकाळपासनं चहाशिवाय दुसरं काही नव्हतं. सगळ्या गावाला उन्हानं आग लागल्यासारखं दिसत होतं. घरांची दारं, कौलं पेटताना, झळा निघताना दिसत होती. माणसं आत अडकून पडल्यासारखी झाली होती. अशा आगीतून पंत चेहऱ्यावरचा घाम पुसत, ओठावर येणाऱ्या मिशा बाजूला सारत चालले होते.

त्यांनी तालुक्याची वाट धरली. पांद लागली. दोन्ही बाजूंनी हिरवे मळे दिसू लागले. कूळकायद्यात ब्राह्मणांच्या जमिनी घेऊन गब्बर झालेले बागायतदार. पंतांना सगळा गावइतिहास माहीत होता. एखाद्याची बायको दुसऱ्यानं काढून न्यावी आणि तीही त्याच्याजवळ सुखानं नांदताना पहिल्याला दिसावी, तसे हे मळे. नजरेच्या टप्प्यात आलेल्या नि पूर्वीच गेलेल्या आपल्या नदीकाठच्या मळ्याकडं बघून पंत पांदीत साट्ट करून थुंकले.

माळ आल्यावर त्यांना बरं वाटलं. ऊन होतं तरी अतिमोकळं वारं अंगाला लागत होतं. भोवतीनं काही दिसत नव्हतं. सगळा फोंडा माळ. सावली हरवून बसलेला. स्वतःवर तप्त होऊन स्वतःलाच जाळून घेऊ बघणारा. त्याला कुणाचीच कृपा नको होती. झाडांची सावली नको होती की ओढ्याचं पाणी नको होतं. एकटा येऊन तो वैराणपणानं आभाळाखाली भर उन्हात हटयोग्यासारखा पडलेला दिसत होता. पंत त्याच्या वाटेवरून जात होते.

सहा मैलांची वाट तुडवत ते घामानं चिंब होऊन तालुक्याला आले. त्यांनी सोनाराकडं तडकाफडकी पाटल्या विकून टाकल्या. पैसे घेऊन एस.टी. ने तसेच कोल्हापूरला गेले.

रविवारचा बाजार. दुपार होऊन टळली होती. चार बाजून गेले असावेत. गुरांच्या बाजारातून पंत मोठमोठे डोळे करून हिंडू लागले. सांज होऊ लागल्यामुळं गुरांच्या सौद्याना वेग आला होता. दलाल हेडे इकडं तिकडं लगालगा हिंडत होते. तोंडाला फेस येईपर्यंत बोलत होते.

एका हेड्यानं पंताना हेरलं.

"काय भटजी अण्णा, म्हस पाहिजे का गाय?"

"म्हैस. तू कोण?"

हेडी चतुरपणे हसला. "मी व्हय? म्हशीचा मालक."

पंतानी त्याचं हसणं हेरलं. "मला मग गाय पाहिजे."

"देऊ की. चला."

"कुठं चला? तू काय समजलास रे मला? हेड्यांच्या ओंजळीनं पाणी घ्यायला मी का दूधखुळा आहे? माझी मला म्हैस बघायची आहे."

"न्हाई अण्णा. मी म्हशीचा मालकच हाय."

"उडत्या पाखराची मी शेटं मोजतो. मला तुझी म्हैस घ्यायची नाही. तू जा तुझ्या वाटेनं." पंत पुढे गेले. हेड्याचे डावपेच वाया गेले.

बाभळीच्या एका झुडपाच्या थिट्या सावलीत अंगावर घोगडं पसरून टाकलेली एक प्रचंड म्हैस सैल अंगानं उभी राहिलेली त्यांना दिसली. तिच्या पुढ्यात रेडकू पडलेलं होतं.

“कधी व्याली रे?”

“आत्ताच व्याली न्हवं का. कालधरनं चालण्याचा तरास झाला. वाटलं हुतं आठधा दीस घेईल.”

“कासेला काय आहे?”

“रेडी हाय.”

म्हशीला न्याहाळून झाल्यावर पंत म्हणाले, “दुधाला कशी काय आहे?”

“कास बघा की, अण्णा.”

“ती दिसती. तू सांग म्हंजे झालं.”

“मी काय सांगणार? सांगितलेलं खरं वाटायचं न्हाई तुम्हास्नी.”

“सरळ बोललास तर खरं वाटेल. हेड्याची भाषा नको करू.”

“शेतकरी हाय मी अण्णा. अडलेला माणूस- पिकं वाळायला लागल्यात. गाळ काढाया पैसा न्हाई म्हणून हे सोन्यासारखं जितराप बाजाराला आणावं लागलंय. वक्ताला सात-आठ लिटरच्या आत दूध आलं तर घेटलेलं पैस परत करीन.”

सांगितलेले पैसे पंतांनी मोजले नि दाखला करून म्हैस ताब्यात घेतली. तासभर दिवस उरला होता. त्यानी सरळ कोल्हापुरातून एक बैलगाडी येळगावापर्यंत केली नि रेडकू गाडीत टाकून तिच्यात बसले. सुदैवानं गाडी तालुक्याचीच होती.

रात्रीचे दहा वाजून गेले होते. तोड झाकून घेऊन सगळं गाव अंधारात बसलं होतं. गोदूवहिनी नि मुलं चिंताक्रांत झाली होती. पंतांच्या जाण्यानं सगळं घरच गंभीर होऊन गेलेलं. बैठक मोकळी, उदास वाटली. गंगाधरच्या डोळ्यांचं पाणी खळत नव्हतं. सकाळचा सगळा स्वैपाक तसाच पडून राहिला होता. गोदूवहिनींच्या मनात नको नको ते विचार येत होते.

“गंगाधऽऽर!” दारासमोरच्या अंधारातून आवाज गडगडला. खडखडणारी गाडी दारात येऊन थांबली.

गोदूवहिनींचा चेहरा उजळला.

“आजोबा आले!” गंगाधर आनंदानं उद्गारला. सगळे जण डोळे पुसून दाराकडे वळले.

पंतांनी गाडीवानाला सगळं सांगितलं. दारभरून एक प्रचंड म्हैस गाडीवानाच्या पाठोपाठ आत आली. उरावर कोकराला धरावं तसं रेडकाला धरून पंत आत आले.

“ही म्हैस नि ही तिची पारडी. हिच्याच दुधावरच लोणी काढायचं नि वाढदिवस साजरा करायचा. आता दुधालोण्याचं गाऱ्हाणं माझ्यापर्यंत आणायचं नाही.”

रेडकाला म्हशीच्या पुढ्यात ठेवून ते सोप्यावर आले नि बैठकीवर बसले.

गाडीवानाला मुक्कामाला ठेवून घेतलं नि म्हशीच्या तटतटलेल्या कासेची

धार काढण्यास सांगितलं. गोदूवहिनी नि मुलं एका बाजूला उभी राहिली होती. मुलांना मनोमन आनंद झाला होता. पण गोदूवहिनींचा चेहरा अजून काळजीतच दिसत होता.

"पानं मांडू का?" धार काढून झाल्यावर त्या बोलल्या.

पंतांना एकदम पोट असल्याची जाणीव झाली. सकाळपासून पोटात काहीच नव्हतं. हातापायांतली सगळी शक्ती गेल्यागत त्यांना वाटलं. ते एकदम खूप थकलेले दिसले.

"गंगाधर जेवला का?"

"गंगाधर, पोरी वाट बघून बघून जेवल्या."

पंत काही बोलले नाहीत. गुडघ्यांवर हात टेकून ते उठले. अंगातला जुना कोट काढून त्यानी खुंटीला अडकवला नि हातपाय धुण्यासाठी मुकाटपणे मोरीवर गेले.

ओसरीतल्या म्हशीकडं बघत गोदूवहिनी दाराजवळ उभ्या होत्या. त्यांच्या चेहऱ्यावर चिंतेचे ढग जास्तच आलेले दिसले. आता म्हशीच्या चाऱ्याच्या निमित्तानं गावभर फिरणं होणार. पुन्हा तेच. गावात राहायचं तर गाव तोडून कसं भागेल? सगळं जग बदलत चाललंय तिथं गावाचं काय?

पंत मोरीवरून पायऱ्या चढून वर आले. पाण्यानं त्यांचा चेहरा ओला झाला होता. तरी तो खूप सुकल्यासारखा नि खूप आत ओढल्यासारखा दिसत होता.

वाड्याच्या भोवतीनं पसरलेलं गाव सकाळ होण्याची वाट बघत निवान्त झोपलं होतं.

महाराजांचा वाढदिवस

उद्या गणेशचतुर्थी. भाद्रपद शुद्ध चतुर्थी. तिला महत्त्व होतं ते महाराजांचा उद्या सत्तरावा वाढदिवस म्हणून. महाराज म्हणजे सोळावे प्रतिशिवाजी महाराज. महाराष्ट्र राज्याच्या स्थापनेनंतर मराठी मायभूत प्रतिशिवाजीचं एक पेवच फुटलं. अचानक एक नवी परंपरा सुरू झाली. त्या परंपरेत दोन-तीन वर्षांत एक प्रतिशिवाजी जन्माला येत होता. त्या परंपरेतील हे सोळावे प्रतिशिवाजी महाराज होते. पुण्याच्या पश्चिमेला डोंगरशाखा भरपूर विखुरलेल्या. कुणी त्यांना उंचवटा, पर्वती, हनुमान टेकडी, फर्ग्युसन टेकडी अशी चेंगट नावं देतं. यांतीलच एका टेकडीच्या पायथ्याशी महाराजांचा 'रायगडा प्लाझा' होता. अलीकडेच बांधलेली ती मोठी इतिहासप्रसिद्ध वास्तू. महाराजांना ती पुण्यातच 'लालमहाला' जवळ बांधायची होती. मनोमन मातोश्रींचं रोज दर्शन घेता आलं असतं. महाराजांनी या बाबतीत खूप खटपटी खासगी पातळीवर, कार्पोरेशन पातळीवर, राज्य पातळीवर, संस्था पातळीवर केल्या; पण गनिमांनी त्यांची डाळ शिजू दिली नाही. म्हणूनच केवळ त्यातल्या त्यात गनिमी कावा करून पर्वतीच्या टेकडीवर जागा मिळवावी असा डाव त्यांनी मनोमन आखला होता. पर्वतीला पेशव्यांनी 'रमणा' स्थापन करून इतिहास निर्माण केला होता. म्हणून महाराजांना तो भाग इतिहासप्रसिद्ध डोंगर वाटत होता. पुण्यातील ते सर्वांत उंच ठिकाण. त्यावर गेले तर तिकडून पुरंदर, तर इकडून सिंहगड, सिंहगडाच्या पलीकडचा प्रतापगड, शिवनेरी, तोरणा हा किल्ल्यांचा समूह महाराजांच्या दिव्यचक्षूंना दिसत असे. महाराजांवर भवानी मातेची कृपा असल्यानंच केवळ हे किल्ले त्यांनाच दिसत असत. म्हणून त्यांनी पर्वतीवरच 'रायगड' बांधण्याचा संकल्प सोडला होता.

इंजिनिअरला त्यांनी सांगितलं, "अशा एका वास्तूचा नकाशा काढून मला दाखवा की जिच्यामध्ये रायगडच्या बुरुजांचा, तटबंदीचा, दरवाजांचा भास होईल. चार बुरूज बांधावे लागले तरी हरकत नाही."

"महाराज, बुरुजांना सिमेंट फार लागेल. शिवाय बुरुजांचा आजच्या काळात काही उपयोग नाही. तेच सिमेंट मजले बांधण्यासाठी वापरलं तर तेवढ्यात 'रायगडएवढी उंच इमारत बांधून होईल.''

"असं म्हणता?.. मग निदान किल्ल्यांच्या बुरुजासारखी वास्तू गोल तरी बांधा.'' महाराजांचा विचार लगेच पत्त्याच्या पानासारखा बदलला.

"वास्तू गोल बांधली तर जागा खूप वाया जाते आणि खोल्याही नीट काढता येणार नाहीत. राहायलाही ती गैरसोईची होईल.'' बिल्डरनं शहाणपण सांगितलं.

"पण मला तर 'रायगडावर' राहिल्याचा खानदानी ऐतिहासिक आनंद मिळवायचा आहे.''

"तसं काही तरी करू आपण.''

मग खूप चर्चा, प्रतिचर्चा झाल्या. निरनिराळे नकाशे काढले. शेवटी चातुर्याची बाब म्हणून इमारतीला फक्त नावच 'रायगड' द्यायचे ठरले.

पर्वतीच्या डोक्यावर पुण्याच्या सर्वोच्च ठिकाणी वास्तू बांधायचे नक्की झाले. ती बांधता यावी म्हणून पुन्हा पुन्हा त्यांचे महानगरपालिकेपासून ते मुंबईच्या मुख्यमंत्र्यांपर्यंत पराकोटीचे प्रयत्न झाले; पण पुन्हा दुर्दैवाने पर्वतीवर ही ऐतिहासिक वास्तू बांधण्यास परवानगी मिळाली नाही. हिरव्या पट्ट्यात तो भाग काही केल्या येत नव्हता.

शेवटी पर्वतीच्या पायथ्याशी वास्तू बांधायला कशीबशी परवानगी मिळाली. पाऊस नसला तरी पर्वतीच्या पायथ्याला कॅनॉल बारमाही वाहून मराठी मुलुखातील कृष्णाकोयनांची आठवण देत होताच. पर्वतीवरच रोज पहाटे वाजणारा सनईचौघडा आपल्याच गडावर वाजतो आहे, अशी समजूत करून घेता येत होती. शक्य झाल्यास पर्वतीवर फिरायला जाऊन शरीराला व्यायाम देता देताच 'मराठी किल्ल्यांचा मुलूख' सभोवार नजर टाकून बघता येत होता. म्हणून महाराजांनी 'रायगड' डोंगरपायथ्याशी बांधायला परवानगी दिली.

महाराजांचा मान राहावा म्हणून गडाची उंची पुण्यनगरीतील कोणत्याही इमारतीपेक्षा बोटभर उंच ठेवण्यासही महाराजांनी मान्यता मिळवली. तिला भव्य असे आठ मजले बांधले. प्रत्येक मजल्याला जावळी तट, मावळ तट, पाचाड तट, टकमक तट, अशी तटाची नावे दिली. आठव्या मजल्याला बालेकिल्ला असं नाव देण्यात आलं. महाराजांचे बालबच्चे आणि त्यांच्या मातोश्री तिथं राहत होत्या.

वरती गच्चीवर 'राजसभा' नावाच्या दरबारी जागेत महाराजांची खास खलबते आणि रंगीत पार्ट्या होत असत.

गच्चीच्या चारी कोपऱ्यांवर चार छोटे छोटे सिमेंटच्या छोट्या पोत्याएवढे

चार बुरुज बांधले होते. त्यांच्यावर सर्कशीत पोपट उडवतो तसल्या टीचभर लांबीच्या आणि तशाच आकाराच्या छानदार तोफा बसवल्या होत्या. सिमेंटच्या गच्चीला काळा रंग देऊन सह्याद्रीच्या पाषाणाचे नकली आकार चित्रकाराने कोरले होते.

'रायगड' हे नाव त्यांनी प्रथम दिले खरे, पण थोड्याच दिवसांत कुणी तरी हेरानं एक खास बातमी आणली नि महाराजांच्या कानात सांगितलं, "हुजूर, रायगड हे नाव अगोदरच पुण्यनगरीतील एका वास्तूला कुणी तरी दिलं आहे."

मग महाराजांनी त्यातल्या त्यात डोकं लढवून 'रायगड'च्या पुढेच 'प्लाझा' जोडून 'रायगड प्लाझा' हे नाव ठेवलं. इंग्रजीचं थोडंसं वारं लागलेल्या शंभुराजांनीच ते त्यांना सुचवलं, अशी वदंता आहे.

या गच्चीच्या मागच्या बाजूनं एक चोरवाट वर्तुळाकार लोखंडी पायऱ्यांच्या जिन्यानं तयार केली होती. एक माणूस तिच्यावरून खाली जाऊ शकत होता. मात्र महाराज त्या वाटेनं प्रयत्न करूनही कधी उतरू शकले नाहीत. त्यांचं वैभवशाली पोट त्यांच्या या पायउताराआड येत होतं. म्हणजे असं की, आपला खालचा पाय नेमका कुठं पडतोय हे पाहण्याच्या आड त्यांचं खुद्द पोटच येत होतं. त्यांची ही स्थिती पाहून त्यांच्या स्वामिनिष्ठ नोकरानं त्यांना 'महाराजांनी चोरवाटेनं जाण्यापेक्षा राजमार्गानंच पायउतार होण्यात त्यांचा सन्मान आहे' असं ममताळूपणानं सांगितलं. महाराजांनी ते मान्य केलं.

मात्र एका आणीबाणीच्या वेळी त्यांच्या कन्येनंच त्या वाटेचा उपयोग केला. त्याचं असं झालं महाराजांची ही लक्ष्मीबाई नामक कन्या मधली मुलगी होय. ती एका बिनखानदानी तरुणाच्या प्रेमात पडली. या तरुणाचं नाव राम फटाले. गडातून पळून जाऊन लग्न करण्याचा तिने इरादा केला होता. हे महाराजांना कळताच त्यांनी तिला बालेकिल्ल्यात खास नजरकैदेत ठेवलं. तिचं इतरत्र लग्न जमवण्याच्या उद्योगाला ते लागले. पण महाराजांच्या तेजस्विनी कन्येनं भवानीमातेचं स्मरण केलं नि एकटीच त्या चोरवाटेनं कधी पायउतार झाली, हे कळलंच नाही.

पुढं ती लग्न करून सुखानं नांदू लागली. महाराजांनी तिचं नाव प्रथम टाकलं होतं. पण काळाच्या ओघात दहा-बारा वर्षं गेल्यावर आणि जावई धनाढ्य झाल्यावर त्याला खानदानी करून पुन्हा स्वीकारलं. म्हणजे असं की 'राम फटाले'चा त्यांनी रामरावजी फटाले देशमुख करून खानदानाचा शिक्का मारला.

खालच्या सातही मजल्यांवर भाडेकरूंची स्वामिनिष्ठ सेना राहत होती. महाराजांच्या जिवाला जीव देणारे या सेनेचे मराठी रक्त होते. प्रत्येक वर्षी महाराज भाडेकरूंच्या पगारवाढीबरोबर भाडे वाढवीत असत. वेळोवेळी निरनिराळ्या उत्सवांच्या, जयंत्यांच्या वर्गण्या वसूल करत असत. महाराजांच्या एका पैशाला धक्का तर

आपल्या जिवाला धोका, असं समजून हे शहाण्णव कुळीचे मराठे तळहातावर शिर धरावे तसे पैसे धरून पुढे होत नि जीव मुठीत धरून मुजरे करत.

शिवाजी महाराजांनी सुरत, कल्याण, विजापूरकरांचा मुलूख लुटून मराठी किल्ले बांधले, स्वराज्याची उभारणी केली. ह्याही महाराजांनी वेळोवेळी सहकारी सोसायट्या, संस्था, साखरकारखाने, शेतकरी, बिल्डर, व्यापारी इत्यादींना लुटून आपल्या स्वराज्याची भक्कम स्थापना केली होती. महाराज मूळचे जावळी भागातले. त्यांचं बालपण प्रतापगडच्या परिसरात गेलं. त्यात त्यांच्या आडनावामुळं नावापुरता का असेना त्यांचा संबंध महाराजांशी लागत होता.

त्यांना लहानपणी शिवाजी महाराजांचा इतिहास शिकत असतानाच स्फुरण चढत असे. मास्तर त्यांना तो साभिनय शिकवत असत. हे बालराजे एक इनामदाराचे चिरंजीव असल्यामुळे त्यांना बालशिवाजीवरच्या शालेय नाटकात शिवाजीची भूमिकाही मिळत असे. तेव्हापासूनच आपण शिवाजी आहोत, आपले गुरुजी दादोजी कोंडदेव आहेत, असं त्यांना मनापासून वाटे. गावातली तानाजी, बाजी, येसाजी नावाची कुळवाड्याची पोरंही त्यांनी मित्र म्हणून गोळा केली होती.

कुणीतरी त्यांना सांगितलं की, शिवाजी महाराजांचं शिक्षण फार झालं नव्हतं. म्हणून यांनीही त्या वेळच्या मॅट्रिक परीक्षेला दोनतीन वेळाच प्रयत्न करून शिवाजीचाच आदर्श गिरविला. पुस्तकी शिक्षण आपण होऊन सोडून दिलं नि क्षत्रिय बाणा राखला.

तरुणपणी महाराजांच्या हुकमानुसार हळूहळू गावात सक्तीनं भरमसाट वर्गण्या वसूल करून शिवजयंतीसारखे कार्यक्रम साजरे होऊ लागले. दुसरं काहीच काम नव्हतं. गावकीत उत्पन्न भरपूर असल्यानं महाराष्ट्रातील मराठी किल्ले पाहून आले. पन्हाळगड ते विशाळगड एवढा प्रवास पायी करून 'पावनखिंड' नेमकी कुठं असावी याचा शोध लावण्याचा कसून प्रयत्न केला. पण ती काही सापडली नाही. शेवटी त्यांनी ती 'पुस्तकात सापडते, पण प्रत्यक्षात सापडत नाही' असा नवीन शोध लावला.

घरातल्या देव्हाऱ्यातली भवानी माता स्वप्नात येऊ लागली. "लोकशाहीची संधी आली आहे; स्व-राज्य स्थापन कर." म्हणू लागली.

दिल्लीकर इंग्रज सरकारच्या धोरणामुळे त्यांना वयाच्या सोळाव्या वर्षी तोरणागड जिंकून स्वराज्य स्थापन करता आलं नाही. म्हणून त्यांनी देशाला स्वातंत्र्य मिळाल्यावरच आपल्या गावाच्या आसपासच स्वराज्याची स्थापना करावयाचं ठरविलं. पहिल्याच निवडणुकीत आपल्या बुलेटचा काळा घोडा मतदारसंघात फेकला. त्याच्या अगोदर तुळजापूरच्या भवानीचा, प्रतापगडच्या भवानीचा आणि शिवनेरीच्या शिवाईचा आशीर्वाद घेऊन यायला ते विसरले नाहीत; हे त्यांनीच सभेत जाहीर करून टाकलं होतं.

तेव्हापासून अनेक जिवांवरच्या संकटांना तोंड देत देत ते स्वराज्यविस्तार करत होते. तो अजूनही चालूच होता. महाराष्ट्रातल्या अनेक सोसायट्या, बँका, एजन्शा, सिनेमाची थिएटरे, निवास-भोजनाची मोठमोठी हॉटेले आणि मद्यालये, जमिनी आतापर्यंत जिंकून घेतल्या होत्या. तिथे आपल्या कुळीतील सुभेदार, सरदार, शिलेदार, भांडवलदार, ताबेदार यांच्या नेमणुका करून वतने बांधून दिलेली होती. प्रत्येक वर्षी चौथाई,सरदेशमुखी, पंपांवरची कमिशनकी, बांधिलकी आणि नाना प्रकारची 'फंड'की वेळेवर वसूल होतात की नाहीत, हे जातीने लक्ष घालून पाहत होते.

अशा महाराजांचा उद्या सत्तरावा वाढदिवस. 'रायगड प्लाझावर' तो राज्याभिषेक समारंभासारखा रात्री साजरा होणार होता. त्याअगोदर खासे सकाळी पुण्याहून सूर्योदयापूर्वी निघून प्रतापगडावर जाणार होते. तिथे देवी भवानी मातेची पूजा करून, तिचा आशीर्वाद घेऊन, थोडा वेळ तिच्या मंदिरात विश्रांती घेऊन स्वारी संध्याकाळपर्यंत परत फिरणार होती. आठवडाभर अगोदरच मूळ वतनाकडे पत्रे गेली होती. शिवाय जासूद स्वतंत्रपणे थैली घेऊन आदल्या दिवशी गेला होताच.

महाराजांचे मूळ वतन हे पुण्याहून प्रतापगडाला जाताना वाईच्या पलीकडेच लागते. वाई-जावळी प्रतापगडाचा परिसर महाराजांच्या चांगलाच माहितीचा होता. वेळोवेळी त्यांची पायधूळ लागून तो प्रदेश पुनीत झाला होता.

महाराजांच्या वतनगावीच त्यांचे बालमित्र तानाजी, बाजी आणि येसाजी शेती करीत होते. ते जातीचे अस्सल मावळे असल्याने लंगोट्या घालूनच शेती करण्याचे व्रत त्यांनी हरितक्रांतीच्या या दिवसांतही सोडले नव्हते. महाराजांनीही त्यांच्या त्या व्रताला धक्का लावला नव्हता. त्या बालमित्रांना ते खलिते जाऊन पोचल्यावर त्यांची पाचावरच धारण बसली... .'आता पर्तिशिवाजीला काय करावं? ही धाड आता आपल्या गावी येऊन मुक्काम टाकणार. हिची समदी तजवीज करून ठेवाय पाहिजे. पैका आणावा तरी कुठनं ह्या दिसांत? हितं ईख खायलाबी फुटका पैसा न्हाई नि ह्येची म्हणं सत्तरी करायची. काय भोग म्हणायचा तरी. आरं, तुझ्याबरोबर आमची सत्तरी उलटली, तरी राबराबूनबी पोटाला तुकडा मिळंना झालाय आणि तुला काय थेरं सुचत्यात ही!'

"आता काय रं करायचं, तान्या?" बाजी लंगोटी गच्च खोवत तानाजीला म्हणाला.

तानाजी बिचारा बाळपणापासनं उगचच जिवापलीकडं महाराजांवर प्रेम करत होता. त्याला वाटत होतं, अजूनबी कवा ना कवा तरी म्हाराज आपल्यावर किरपा करतील. तगाईची तुंबलेली सरकारी बाकी माफ करून द्यायला सांगतील. तो

बाजीला स्वामिनिष्ठेनं म्हणाला, "निदान पंचारती तरी गडावर जाऊन बवाळली पाहिजे."

"आरं, पर कोरड्याशात घालीन म्हटलं तर घरात गोड्या तेलाचा थेंब न्हाई नि पंचारतीत कुठनं आणू? गोड्या तेलाचं भाव गगनाला जाऊन भिडल्यात. तुझी बाईल पंचारतीसाठी तेल द्यायला तयार हाय का बघ."

"आता माझ्या बायलीच्या अंगावर सतरा भसकं पडलेलं जुन्यार. दुसरं नेसाय काय न्हाई म्हणून ती आठ दीस झालं घरातनंच बाहीर पडली न्हाई. मी नि रायब्याच्या शेतावर जातोय न्हवं? आता मटार, पावटा इकून कवा चार पैस येतील तवा तिला धडुतं घेणार. - बघत न्हाईस?"

"आता आली का पंच्यात? येसबा, तुझ्या तरी घरात तेल मिळंल काय रं पंचारतीपुरतं?"

"ते तेलाचं नि पंचारतीच तुमचं तुम्ही बघा. माझं मी आपलं म्हशीचं लोणी काढून ठेवाय लागलोय. म्हाराज हिकडं आलं की माझ्या कारभारणीकडं चटणी-भाकरी नि लोण्याचा गोळा मागत्यात. साठवून ठेवलेली मधाची कुपी मागत्यात."

"ती आणि कशाला? ते का पुण्याचं भटबामण हाईत व्हय, लेका फुकाट मागून खायाला?" तानाजी हासत हासत म्हणाला.

"छे! छे! त्येंची ती सवं हाय. त्येंच्या पोटात कसला रोग हाय. त्येला हिकडचा म्हाबळेसुरी सुद्द मध लागतो म्हण."

"काय तिच्या बायली एक एक तऱ्हा तरी. मध का तिकडं मिळत न्हाई त्यास्नी?" बाजी.

"बालमैतर हाय त्यो. शिवाय हितं मध फुकाट मिळतो."

"तेच तर म्हणतो न्हवं मी. आणि लोण्याचा गोळा, त्यो कशापायी? हे हिकडं

म्हसरं गायरं चाऱ्याइदमान उपाशी मराय लागल्यात; आणि त्येला म्हण लोण्याचा गोळा पाहिजे. एवढं गड-दुर्ग हिंडतोय नि पर्तेक गडावर असं फुकाट खाऊन पळतोय. ऱ्हा की म्हणावं तिकडं त्या म्हाबळेसुराच्या हाटिलात. काय एक एक बैदा तरी!" बाजी भलताच वैतागला होता.

"बाजबा, एवढा एकेरीवर का रं येतोस? आज उद्या त्येचा जासूद येणार हाय. त्यो काय म्हणतोय ते बघू नि मग ठरवू काय करायचं ते."

"तरी लोण्याचा गोळा काढायला मी दोन तीन दीस दुधाचा रतीब बंद केला. म्हाराजांचं दुर्गदर्शान असं आमच्या मुळावर उठतंय. बरं, पुन्नापुन्हा ह्योच गड काय बघत्यात ते कळत न्हाई. एवढं येऊन पर्तेक डावाला खाऊन जात्यात; खरं हातावर एक दमडीबी कवा ठेवत न्हाईत. आम्ही मातूर ह्या अशा दुस्काळातबी

पोरंबाळं उपाशी ठेवून ह्येंच्या म्हणजे आमच्याच घरच्या भाकरीवर लोण्याचा गोळा ठेवून ह्यांस्नी खायला द्यायचा. कुठला न्याव ह्यो? वर आणि त्येचंच वर्तमानपतरात फोटू. काय? तर म्हाराज मावळ्या घरचा पाहुणचार घेताना... असं कायबाय.''

येसाजी कधी नव्हे ते जरा वरचा सूर काढत होता. तानाजीला त्याचं आश्चर्य वाटलं. येसबा, तूबी बाजबाच्या चालीनं जाया लागलास? आरं, म्हाराज आपलं लंगोटी मैतर. ह्या गावचं वतनदार. त्येच्या जिवावर आपूण जगतोय. म्हणून तर हे दीस बघितलं.''

''आरं, पर दुष्काळ कसला पडलाय ह्या मुलखाला. माणसाला आजचा दीस कसा निघेल त्येची चिंता नि ह्येंचा सत्तरावा वाढदिवस. आता आम्हीबी त्येच्याच वारगीचं न्हवं? मग आपलाबी सत्तरावा वाढदिवस असंल का न्हाई? पर आपूण काय असलं थ्यार करतोय काय आणि पाण्यात पैसा घालतोय काय? आरं ह्या म्हाराजानं तिकडं ज्येला पचत न्हाई, ज्येची पोटं खाऊन खाऊन फुटून चालल्यात त्येंच्या म्होरं पक्वान्नाची ताटं सारण्यापेक्षा हिकडं येऊन गावाला गावजेवण घाटलं असतं तर गरिबांनी दुवा तरी दिला असता. उलट त्यो आपल्याकडनं ववाळून घ्यायला येणार हाय. कशाला पाहिजे हे दुसऱ्याच्या जिवावर? आरं, सत्तर काय ह्येलाच लागलं व्हय? एकोणसत्तर झाल्यावर कुणालाबी सत्तरच लागत्यात; त्यात कौतिक कसलं?''

बाजीचं खरं होतं. महाराष्ट्रभर जागोजाग दुष्काळ पडला होता. भाद्रपद सुरू झाला होता तरी पावसाचा पत्ता नव्हता. तानाजी, बाजी, येसाजी यांनी तीन महिन्यांपूर्वीच रान नांगरून, कुळवून, धसकटं वेचून पेरणीच्या तयारीनं ठेवली होती. पण पाऊस जो एकदा जूनच्या पहिल्या आठवड्यात वळवानं पडला त्यानंतर त्यानं तोंड दाखवलं नव्हतं. माळामुरडीवर वाऱ्यानं अजून धूळ उडत होती. सगळ्या गावाची गुरं त्या फोंड्या डोंगर-माळाकडं बघून प्राण सोडायजोगी झाली होती. कडब्याची वाळल्या गवताची एक एक पेंढी दुप्पट-तिप्पट किमतीला मिळू लागली होती. गोरगरिबाला जनावरांचा तो खर्च परवडेनासा झाला होता. कुणीच मावळा काही करू शकत नव्हता. कारण वाळल्या वैरणी संपल्या होत्या नि ओल्या चाऱ्याचा अंकुरही फुटला नव्हता. घरातली धान्यं संपली होती. पाऊस नसल्यानं रोजगाराची कामं निघत नव्हती. शिल्लक असलेला गाठीचा पैसा उडाला होता. पाण्यासाठी मैलमैलभर लांब बागायतदारांच्या विहिरीवर जाऊन एका कळशीसाठी हातापाया पडावं लागत होतं. तीन-तीन दिवस चुली पेटत नव्हत्या. माणसं बिनदुधाच्या चहाच्या पाण्यानं भूक मारून तोंडं शिवून बसत होती.

दुपारचं चार वाजायच्या टिपणाला गावात फटफट स्वार आला. त्यानं तानाजी, बाजी, येसाजी यांना बोलावून घेतलं. दमात घेऊन विचारू लागला,

“हं! उद्याची काय काय तयारी केली?”

“कसली तयारी घेऊन बसलाय राव. चिमणीला खायाला दाणा मिळंना झालाय ह्या गावात. तीन म्हैनं झालं, ना काम, ना धाम. ना पैसा, ना अडका. दुस्काळ कोणत्या तऱ्हांचा पडलाय ह्यो! आणावी कुठनं तयारीला दमडी?”

“ते मला माहीत नाही. आबासाहेबांनी काय काय तयारी केलीय तेवढी नजरंखाली घालून यायला सांगितलंय. तुम्ही तर काहीही केलेलं दिसत नाही. जड जाईल तुम्हाला. येसाजी, तू पंचक्रोशीतनं हिंडून गावोगाव वर्दी देऊन आलास का नाही?”

“घोडी टेकलीया मरायला. आज-उद्या पाणी पाणी करून मरंल ती. गावोगाव वर्दी द्यायला जाणार कसा मग?”

“एस.टी.नं जायचं. गाड्या चिक्कार आहेत. जवळच्या गावी चालत जायचं.”

“एस.टी.ला पैसा कुठनं आणायचा?”

“अरे, तुमचे आबासाहेब, तुमचे हितकर्ते. तुम्हीच त्यांना राज्यकर्ते म्हणून निवडून दिलेलं. गेली अनेक वर्षं ते यशस्वीपणे कार्य करताहेत. अशा माणसाचा सत्तरावा वाढदिवस आहे. ते आपल्या गावी येताहेत. त्यांची सत्तरी तुम्ही ढोललेजीम लावून, पंचारतीच्या माळा लावून करायला पाहिजे. वर्तमानपत्रात आम्ही तसं आगोदरच जाहीर करून बसलोय आणि तुम्ही तर हितं खुशाल बसलाय.”

“साहेब, ह्या गोष्टी पैशाच्या हाईत. आणावा कुठनं त्यो?”

शेवटी फटफटस्वाराने येसाजीला मागे फटफटीवर घालून जावळीपर्यंतचा पंचक्रोशी मुलूख चाकाखाली घातला. वाटेत लागणाऱ्या प्रत्येक गावच्या सरपंचाला आणि ग्रामसेवकाला गाठलं. गुलाल, गोडेतेल, वाती, पंचारती, उधळण्यासाठी चुरमुरे आणि लाह्या, प्रसाद यांच्यासाठी फूल ना फुलाची पाकळी म्हणून हिशेब करून थोडे थोडे पैसे दिले. तानाजी, येसाजी, बाजी यांना शंभर शंभर रुपये दिले. तयारी जोरात करण्याचा पुन्हा एकदा दम दिला. अडाणी जनतेला काही कळत नसेल तर तिला समजून सांगावं लागतं, त्याला नाइलाज आहे, असं इष्टमैतरांना, हितचितकांना सांगत स्वार निघून गेला.

दुसऱ्या दिवशी भल्या पहाटे इकडं ‘रायगड-प्लाझा’वर पुण्यात काय झाले? सतराव्या वाढदिवसाची सत्तरावी सकाळ उजाडली. प्रतिशिवाजी महाराज पंचवीस हजार पाचशेपन्नासपेक्षा जास्त दिवस जगले होते. त्याचा आनंद घरादारात मावेनासा झाला होता. अगोदरच लावलेल्या बल्बच्या माळा जिकडं तिकडं सूर्योदयापूर्वीच झगमगू लागल्या. रायगडच्या गच्चीवरून सगळं पुणं दिसत होतं. ते जणू आनंदानं ओसंडत आहे, असं आचारी-नोकरांना वाटलं. पूर्वेला पूर्वदिशा कुंकुममंडित होण्याच्या बेतात होती. जणू आज महाराजांचा वाढदिवस म्हणून तिच्या गालांवर लाल

गुलाबाच्या कळ्या फुलल्या होत्या. तिच्या अथांग हृदयात निळ्या सागराच्या आनंदलहरी मावेनाशा झाला होत्या. मुठा नदी पर्वतीच्या लांब पलीकडे कोरडी ठणठणीत पडून वाहत होती. पुढे लवकरच तिचा नि मुळेचा हृदयंगम संगम झाला होता. तिचंही हृदय कोरडं ठणठणीतच होतं. महाराज त्या संगमावरच्या महादेवाच्या दर्शनाला अभ्यंगस्नानानंतर लवकरच जाणार होते. टेपरेकॉर्डरवरच्या कॅसेटवर सुंदर सनई-चौघडा वाजत होता. त्याच्या मधुर आवाजाने आसपासची (विशेषतः खालच्या मजल्यांवरची) रयत उठून आपापल्या नोकऱ्यांवर, कामांवर जाण्याची तयारी करत होती. 'चितळे स्वीट होम'ला चार दिवसांपूर्वीच 'मणभर' पेढ्यांची ऑर्डर दिली होती. त्यांची रिक्षा दारात नुकतीच येऊन एखाद्या शिलेदाराच्या शिंगरासारखी फुरफुर करत उभी राहिली होती.

अशा मंगल प्रभाती महाराजांच्या खास शय्यागृहातूनच 'ढाऽम ढूऽम, ढुम हं!' असे तीन चार तोफा उडाल्यासारखे आवाज आले नि महाराज उठल्याची चाहूल बाहेरच्या मुरारावजी घरगड्याला लागली.

तो धावतच मुदपाकखान्यात माऽसाहेब अगोदरपासूनच काही खात बसल्या होत्या तिथं गेला. वरदी देऊन पुन्हा परत येऊन महाराजांच्या सेवेस चुनातंबाखूची सोनेरी डबी घेऊन, पिकदाणी सावरून हजर राहिला.

महाराज बार भरून शौचगृहाच्या दिशेने गेले. नंतर नगारे, चौघडे, तुताऱ्या त्या दिशेने ऐकू आल्या. थोड्याच वेळात स्वारी बाहेर पडली. अगोदरच नळातून आलेले मुठा नदीच्या उजव्या कॅनॉलातील अतिपवित्र खास पाणी स्नानासाठी वापरण्यात आले.

उदयाचलावर सहस्त्ररश्मी आला. त्याच्या सहस्त्र किरणांची प्रभा 'रायगड प्लाझा'च्या उंचीमुळे प्रथम त्याच्यावर फाकली. आठ वाजून गेले होते तरी रायगडप्लाझावरची रंगीत बल्बसची तोरणं झगमगत होती. आज गुरुवार असल्यानं म.रा.वि. मंडळाला खास निरोप धाडून वीज चालू ठेवण्याची ताकीद दिली होती.

पाऊस नसल्यामुळे धरणात पाणी नव्हतं. वीजनिर्मितीत खंड पडणं आता अपरिहार्य झालं होतं. सगळीकडं काटकसरीनं वीज आणि पाणी वापरण्याबद्दल आज्ञा झाल्या होत्या; तरी आज खाशांच्या आज्ञेवरून रायगडप्लाझावर आरास झगमगत होती. महाराजांचा वाढदिवस असल्यानं हे अप्रतिम सुंदर दृश्य पाहण्याचं भाग्य पुणेकरांना मिळत होतं.

भरधाव घोड्यासारख्या टणाटणा उड्या मारत जीपगाडी संगमावरच्या महादेवाच्या मंदिराच्या दिशेनं धावत गेली. अकरा ब्रह्मवृंदाकडून रुद्राचा अभिषेक आणि सप्तपदी पाठही करविला. ब्रह्मवृंदाला दक्षिणा देऊन रात्री पंचपक्वान्नाच्या भोजनपंक्तीला बोलावलं. हवं असेल तर त्यांना प्रसादाबरोबर 'तीर्थ' ही मिळू शकेल, अशाही

सूचना देण्यात आल्या. परतताना महादेवाचा पुजारी दारात हात पसरून दीनवाणा उभा होता. त्याच्या हातात काही नाणी टाकून जीप-घोडी महाराजांना घेऊन बरोबर पुत्ररत्ने, कन्यारत्ने, मांसाहेब यांना घेऊन प्रतापगडाच्या दिशेने भरधाव जाऊ लागली. मागोमाग सेवेकऱ्यांच्या दुसऱ्याही दोन गाड्या धावू लागल्या. त्यांच्यात इतर सामान, खास मानकरी, जिवाला जीव देणारे नेकीचे नेकदार आणि झटपट फोटो घेणारा एक छायाचित्रकार अशा अकरा स्वाऱ्या दोन गाड्यांत होत्या. गाड्या एकामागोमाग एक, कधी ही पुढे तर कधी ती पुढे अशा मजलदरमजल करत वाईत आल्या.

तेथून पुढे कंबरमोडीचा घाट लागला. गाड्या कुंथत कुंथत जाऊ लागल्या. हळूहळू थांबतही जाऊ लागल्या. महाराजांचा मूळ मुलूख लागू लागला. ठरल्याप्रमाणे

अनेक गावांनी त्यांच्या गाड्या थांबवून त्यांना पायउतार होण्यास विनंती केली. सुहासिनींनी पंचारतीनी ओवाळून त्यांना अक्षता वाहिल्या व दीर्घायुष्य चिंतले. त्यांच्यावर चिरमुरे, लाह्या उधळल्या. चकाचक फोटो घेण्यात आले. महाराजांना गुलाल, कुंकूमतिलक लावण्यात आले. हजारोंची अंतःकरणे त्यांच्या येण्यामुळे भरून आली. जो तो तरुण विचारत होता की, ''कोण सायेब आलाय ह्यो?''

''आरं, ह्यो तर आपल्या जावळी भागाचं पर्तीशिवाजी. आपला राजा, आपला देव हाय त्यो.''

''असं? मग दुस्काळासाठी सरकारी मदतबिदत मागा की.''

''चूप! वाढदिवस हाये त्यांचा. अशा येळंला काय मागायचं नसतं.''

म्हातारी माणसं आचंबा करत होती. त्यांच्या मागोमाग धावत होती. महाराजांचा आज प्रतापगडावर मुक्काम असल्याची बातमी सगळीकडं पसरली होती.

महागड्या पेट्रोलचा धूर आणि पावसाळी भाद्रपद असला तरी दुष्काळी धूळ उडवत गाड्या झाडाझुडपांतून धावत होत्या.

महाराजांचे दोन पुत्र नि तीन कन्यारत्ने गाड्यांतून डोकवून आसपासचा परिसर पाहत होती. कोरड्या ठणठणीत पडलेल्या नद्या, पावसाची विनवणी करत आभाळाकडं बघणारी झाडी, चारा आणि पाणी हुडकत हिंडणारी, पायात पाय अडकून वाटेवरच कोलमडणारी, ढोपरं वर आलेली जनावरं, हाडांचे सापळे झालेले, त्या सापळ्यांवर चिंध्या लोंबकळणारे, गालफाडं नि डोळे भयानक आत ओढलेले जिवंत मराठी मावळे हिडताना दिसत होते.

हे सगळं दृश्य बघून महाराजांचा हुजऱ्या आनंदत होता. तो महाराजांच्या पुत्र- पुत्रींना हा दऱ्याखोऱ्यांचा, सह्याद्रीच्या कडेपठारांचा महाराष्ट्र समजावून सांगत होता. ''...त्या पाहा महाराष्ट्राच्या कृष्णाकवना नद्या. मराठ्यांच्या मराठी घोड्यांनी ज्यांचे मराठी पाणी पिऊन मोगलांना मराठी पाणी दाखवले. ती पाहा सह्याद्रीची

मराठी झाडी, ज्या झाडीनं मर्द मराठ्यांना गनिमी कावा शिकविला. ते पाहा दरेखोरे, पहाडपर्वत ज्यांनी मोगलांची धूळदाण आपल्या डोळ्यांनी पाहिली. ते पाहा ओढेनाले जिथे गनिमांचे हत्ती-घोडे कोलमडले. तो पाहा महाराष्ट्राचा सह्याद्री ज्याने मराठ्यांचे राज्य आपल्या छातीचे गडकोट करून सांभाळले. ते पाहा मराठी मावळे ज्यांनी आपल्या रक्ताचे पाणी करून मराठी राज्याला निर्माण केले. तो पाहा, हा पाहा, हे पाहा, ते पाहा, प्रत्येक दगड नि दगड कसा मराठी राज्याची गाणी गातो आहे.'' भवानी देवी अंगात आल्यासारखा हुजऱ्या बोलत होता नि गाड्या रस्त्याच्या दोन्ही बाजूंना असलेल्या फाटक्या मावळी झोपड्यांच्या डोळ्यांत धूळ उडवीत चालल्या होत्या.

शेवटी स्वाऱ्या प्रतापगडावर डेरेदाखल झाल्या. आदल्या दिवशीच वाईपासून तो जावळीपर्यंत आणि प्रतापगडाच्या परिसरात शिलेदारांनी इशारे दिले होते, सांगावे पोचवले होते, पोस्टमनननी महाराजांचे लखोटे पोचते केले होते. त्यानुसार महाराजांची मावळी सेना आपल्या लंगोट्या गच्च खोवत, अंगावरच्या चिंध्या सावरत, खांद्यावरच्या भसकं पडलेल्या घोंगड्या आवरत प्रतापगडावर येऊन दाखल झाली होती. त्यांनी महाराजांच्या केवळ सक्तीच्या भेटीसाठी तीस तीस मैलांचे अंतर एका रात्रीत पायी कापले होते. येसाजी, बाजी, तानाजी आपल्या बायकांपोरांस लोणीभाकरी, मधाची कुपी, पंचारत्नांचे साहित्य घेऊन आले होते. अहाहा! केवढी ही स्वामिनिष्ठा!

प्रत्येकाच्या मनात इच्छा होती की, महाराज निवडून आल्यापासनं पहिल्यांदाच आलेत, निवडणुकीच्या वेळी हात जोडून, ठतुमची कामे करतो, मला राज्याचा वारस करा.'' असं सांगून गेले होते. ते आता स्वतःच्या रयतेला भेटायला नव्हे, तर स्वतःचा वाढदिवस साजरा करून घ्यायला आलेत. या संधीचा फायदा घेऊन ती जुनी ओळख उजळ करावी, दरबाराला मुजरा करावा नि परत जावं, असं ज्याला त्याला वाटत होतं.

महाराज आणि त्यांचा परिवार हुजऱ्यासह पायउतार होताच सगळे उठून उभे राहिले. त्यांचा जयजयकार केला. महाराजांनी शंकराचार्यासारखे मोकळे हात वर करून भरघोस आशीर्वाद दिले नि सर्वांना खाली बसण्यास सांगितले. तयार ठेवलेल्या अकरा सुहासिनी लगबगीनं पुढं झाल्या. त्यांनी पंचारतीनं त्यांना ओवाळलं. अकरा जणींनी अकरा नद्यांचे आणलेले मराठी पाणी म्हणून गावातल्या एकच असलेल्या विहिरीचे पाणी त्यांच्या पदकमलांवर ओतले. महाराजांनी तत्परतेनं बिनबंदाचे बूट काढून ते आपल्या पायांवर घेतले. हुजऱ्याला घागरी अर्ध्या अर्ध्याच वाटत होत्या. पण तो काही बोलला नाही. 'पाणी ओतल्याशी कारण' एवढा व्यवहारी विचार त्याने केला होता. शाळेच्या उपाशी साठ मुलांनी मग महाराजांना

मानवंदना दिली आणि 'प्रिय   आमुचा एक महाराष्ट्र देश हाऽ' हेच गाणं सापडेल त्या सुरात म्हटलं.

योग्य आदर-सत्कार घेऊन महाराज भवानी मातेच्या दर्शनास गेले. निवडणुकांनंतर राज्यकारभाराच्या गडबडीत महाराजांना कधी परत यायला वेळ झाला नव्हता. रायगड-प्लाझाचं काम पूर्ण व्हायचं होतं. मुंबईतील एका थिएटरचं काम पूर्ण व्हायचं होतं. जागोजागच्या नव्या एजन्सीवर पेट्रोल पंप जागोजागी बसवून घ्यायचे होते. या कामांच्या गर्दीतून प्रथमच ते दर्शनास आले होते... बिचारी भवानी माता तरी मग काय बोलणार?

'इतक्या वर्षांनी भवानी मातेला पाहून त्यांच्या डोळ्यांत पाणी आलं, अंतःकरण भरून डबडबलं,' असं त्यांच्या हुजऱ्यानं भाड्यानं आणलेल्या पत्रकारांना हाका मारून बोलावून घेऊन 'ह्या पाण्याला उद्या जाड टाइपात प्रसिद्धी मिळालीच पाहिजे.' अशी दमदार प्रेमळ सूचना केली.

"माते, तूच ह्या लेकराची काळजी वाहा, बरं." म्हणून महाराजांनी चंदनाच्या प्रचंड झाडाच्या खोडासारखा सदैव मराठी राज्यासाठी झिजणारा आपला देहपिंड तिच्या चरणांवर घातला... मातेच्या पांढऱ्याशुभ्र डोळ्यांतून अश्रू टपटपल्यासारखे कुणाला वाटले; तर तिने कपाळावर हात मारून घेतला, असे कुणा पत्रकाराला वाटले.

महाराज उभे राहिले. गाभाऱ्यात इकडे-तिकडे पाहताना त्यांच्या लक्षात आलं की, मातेच्या गाभाऱ्यातील सगळ्या वस्तू जुन्या, खिळखिळ्या झाल्या आहेत. त्यांनी सगळा गाभारा 'रिन्यू' करण्यासाठी किती खर्च येईल, त्याचं अंदाजपत्रक पाठवून देण्यास पुजाऱ्याला सांगितलं. तसंच नव्या वस्तूंच्या खरेदीबरोबरच 'महाराजांनी गाभारा रिन्यू करण्यासाठी उदार देणगी दिली असे' अशी अक्षरे कोरलेली संगमरवरी शिळाही खरेदी करण्यास व बसवून घेण्यास अगोदरच सांगून ठेवलं. हुजऱ्यानं वर्तमानपत्रवाल्यांना देणगीचं लक्षात ठेवण्यास सांगितलं.

थोड्याच वेळात भोजन आणि विश्रांती झाल्यावर भरल्या पोटानं दरबार सुरू झाला. तीन-चार तास तिष्ठत बसलेल्या उपाशी मावळ्यांचं पोट भरल्यासारखं झालं आणि आता लवकरच घराकडं जायला परवानगी मिळणार याची खात्री झाली.

महाराजांची देववाणी घुमू लागली. आपण कसे गरीब जनतेचे कैवारी आहोत, शासनामध्ये आपण या आपल्या सुभ्याच्या कल्याणासाठी कसे निकराने भांडत आहोत, हे त्यांनी खूप खूप सांगितल्यावर आणि समोरचे मावळे या सर्व प्रकाराला कंटाळून गेलेत, हे त्यांच्या चेहऱ्यांवरून लक्षात आल्याबरोबर महाराजांनी त्या देववाणीचा नळ बंद केला. शेवटी ते म्हणाले, "... तर माझ्या मावळी मित्रांनो, आज मी माझ्या सत्तरीच्या निमित्तानं आपलं आणि भवानी मातेचं दर्शन घेण्यासाठी

आलो आहे. तुमची काही गाऱ्हाणी असतील तर तीही ऐकण्यासाठी आलो आहे. सत्तरीचा सोहळा हे नुसतं निमित्त आहे...''

टाळ्यांच्या कोरड्या पावसात महाराज स्थानापन्न झाले. मराठी मावळे त्यांच्या पायांची धूळ कपाळी लावण्यासाठी, पाय शिवून मुजरे करण्यासाठी धावले. हळूहळू आर्जवे, कळकळीच्या विनंत्या, चरणाजवळ नम्र याचना सुरू झाल्या... ''आपण ह्या खडकाळात आणि दुष्काळात भिकेला लागलो आहोत. रोजच्या पोटाचाही प्रश्न सुटेनासा झालाय. गुरंढोरं उपाशी मरू लागली आहेत. काही तरी मदत पाठवा. निदान कर्जवसुली थांबवा. दुष्काळी कामं काढा. पोरं शिकून बेकार हिंडू लागली आहेत. दुर्दैवानं कुळंब्याच्या जातीत जन्माला आलो, त्यामुळं नोकरी मिळत नाही. एखाद्या पोराला तरी बी. सी. करून नोकरीत चिकटवून घ्या. गावाला पाणी द्या. ओसाड टाकलेली सरकारी रानं गावाला द्या. पोटापाण्याला काही तरी वाटा. माणसं मरू लागली आहेत; त्यांना काही तरी कामं द्या...'' अशा मागण्या पुढे येऊ लागल्या.

महाराज, ''बघतो.. नक्की करतो.. विचार करतो.. प्रयत्न करतो.. पुण्याला येऊन जरूर भेटा, मग बघू.'' असं नेहमीप्रमाणं सरकारी भाषेत म्हणू लागले. फोटोग्राफर चकाचक कार्यक्रमाचे आणि महाराजांचे निरनिराळ्या पोझमधील फोटो घेतच होता. बाजी, तानाजी, येसाजी यांना 'महाराज आपली आठवण ठेवून आपणास निदान एका शब्दानं तरी 'पुढं या' म्हणतील, तेव्हा अडचणी सांगू.' असं वाटत होतं. पण महाराजांना या जनतेची गाऱ्हाणी ऐकण्यास कामाच्या गडबडीत उसंतच मिळाली नाही.

शेवटी तासभर गाऱ्हाणी ऐकण्याचा कार्यक्रम उत्तम रीतीनं साजरा केल्यावर जनतेचे आभार मागून महाराजांची स्वारी लगेच गाड्यांवर स्वार झाली नि आल्या गतीनंच परतली.

पुण्यात पत्रकारांचा खासा दरबार भरणार होता. मित्रांचाही दुसरा खासा दरबार भरणार होता. बाकीचा छबिनाही पांढरा पोशाख घालून वाट पाहत पुण्यात तिष्ठत होता.

महाराजांचा आणि भवानी मातेचा जयजयकार पुन्हा एकदा झाला.

धूळ उडवत, मागची गाऱ्हाणी मागं सोडत गाड्या रायगडप्लाझाच्या रोखानं निघाल्या.

तानाजी, येसाजी, बाजी यांनी आपल्या बायको-पोरांसह गावाची वाट धरली. तानाजीचा नऊदहा वर्षाचा रायबा खूष होता. अशा प्रकारचा जत्रेसारखा सोहळा त्यानं प्रथमच पाहिला होता. नवलाईनं त्यानं तानाजीला विचारलं, 'आबा, म्हाराजांचा धाडदिवस फुडल्या वर्सीबी येणार?''

तानाजी हसला. “येड्या, धाडदिवस काय म्हणतोस? वाढदिवस म्हणायचं.”

“न्हाई, न्हाई ‘धाडदिवसच’ म्हणायचं. रायबाचंच खरं हाय. गरिबांवर धाड घालूनच दिवसेंदिवस त्येची वाढ चाललेली असती. तवा ‘धाडदिवस’ च खरा.”

बाजी तानाजीला म्हणाला.

पायखालची वाट ओसरण्यासाठी काहीबाही विनोद करत सगळेच गावाच्या दिशेनं लगालगा चालू लागले.

दुसऱ्या दिवशी पुण्याच्या सर्व दैनिकांतून महाराजांचे रायगडप्लाझावरील आरासीचे, भोजनावळीच्या लांबलचक रांगांचे, खास सरदार-मानकरी भेटतानाचे आणि भेटवस्तू घेताना फोटोग्राफरकडेच पाहतानाचे फोटो, तसेच प्रतापगडाच्या परिसरातील भवानीमातेस देणगी दिल्याची बातमी, महाराजांनी पूजा केल्याचा वृत्तान्त, सुवासिनींनी ओवाळल्याचे कौतुक, बातम्या, चुटके, हृद्य क्षण, लेख यांनी दैनिके गजबजून गेली होती...

प्रतापगडाच्या, वाई-जावळीच्या आसपासच्या दुष्काळाची एका अक्षरानंही बातमी आली नव्हती; हे महाराजांचे केवढे मोठे भाग्य! प्रतिशिवाजी महाराज की जय!

वाघिणीची धार काढणारा गवळी

कोकणातल्या एका भागात डोंगरावर डोंगर होते. तिथं अडकेवाडी नावाचं एक गाव होतं. तिथल्या गोरगरीब जनतेला वाटायचं तालुक्याचा फौजदारच ह्या गावचा राजा आहे आणि त्याचे पोलीस हेच त्याचे मंत्री आहेत. ज्याला कुणाला धंदा काढायचा असेल त्यानं ह्यांतल्या एखाद्या पोलिसाला भेटून लायसन काढावं नि आपला धंदा सुरू करावा, अशी इथली रीत होती. महिन्याच्या ठराविक दिवशी आलेल्या पोलिसाला त्या महिन्याची लायसन फी दिली की कोणताही धंदा राजरोस चालत असे. कोणताही नवा धंदा काढताना सर्वांचाच विकास झाला पाहिजे, असं सूत्र त्या फीमागं होतं.

शिवा गवळ्याला वाटलं, दुधाचा धंदा करण्यापेक्षा आपणही एखादा जोरात चालणारा धंदा करावा. म्हणून त्यानं डोकं खाजवलं. त्याच्या ध्यानात आलं की, इथल्या माणसांना परवडण्यासारखा एक धंदा करता येईल. चहाची पूड एकशे पंचवीस रुपये किलो झाली होती नि साखर पंधरा रुपये किलोनं मिळत होती. त्यामुळं गावात कुणालाच चहा पिणं परवडेनासं झालं होतं. पण रोजच्या सवयीप्रमाणं जो तो उठल्या उठल्या काही तरी घ्यायला मागत होता. शिवाला वाटलं, कोकणात विकास योजना सुरू झालेल्या आहेत. नवसमाज रचना होऊ घातलेली आहे. आपणही मनाने मध्ययुगात राहणाऱ्या समाजाच्या जुन्या सवयी बदलून त्याला नव्या सवयी लावल्या पाहिजेत. म्हणून त्यानं एका रात्री खूप खूप विचार केला. जागरण करून एक कडक औषध तयार करण्याचा प्रयत्न केला. त्यानं ते पिऊन बघितलं तर त्याला ते चहापेक्षा उत्तेजक वाटलं. त्याला एका राष्ट्रीय पेयाचा शोध लागला.

मग त्यानं खूपसं औषध तयार केलं नि गप्पा मारायला येईल त्याला त्यानं पहिल्यांदा मोफत दिलं. पिणाऱ्याला चहापेक्षा अधिक तरतरी येऊ लागली नि त्याला त्याची चटक लागली.

ही बातमी सगळ्या गावभर पसरली नि गावातली पुरोगामी वृत्तीची पोरंटोरं, माणसं वेळ मिळेल तेव्हा नि पैसा साठेल तसा शिवाच्या गोठ्यात येऊन राष्ट्रीय

औषध पिऊन शिवाला 'जयहिंद' ठोकून जाऊ लागली.

शिवा गवळी तसा साधा माणूस होता. त्याला मागं-पुढं कुणीच नव्हतं. त्याला तसं व्यसन असं काही नव्हतं कधी कंटाळा आला तर गांजा मात्र चिमूट चिमूटभर तो ओढायचा. सरकारी बंदी असल्यामुळं तो कुठंही मिळत असे. त्यामुळं त्याचं डोसकं हलकं व्हायचं. समोर काय वाट्टेल ते गंमतदार दिसू लागायचं. चिंध्यांची चड्डी घातलेला खुळा भिक्या त्याला तालुक्याच्या भिकू शेठजीसारखा दिसायचा. स्वतःचं घर फौजदाराच्या बंगल्यासारखं दिसे. म्हशी हत्तीसारख्या दिसायच्या नि हत्ती कुठं दिसायचेच नाहीत, अशी त्याची तऱ्हा व्हायची. म्हणून तो गांजा ओढून एकटाच हासत, एकटाच बोलत बसे. कुणी आलं तर हसत हसत बोले आणि कधी कधी बोलत बोलतही हसे. गांजा ओढल्यामुळं असं उलटसुलटही व्हायचं.

शिवाला एकुलती एक लेक होती. तिचं नाव भागी. ना बायको, ना बाकीचं कुणी. म्हणून लेकच भाकरी-कोरड्यास करून घालत होती. शिवाचा राष्ट्रीय औषधाचा धंदा जोरात चालला म्हणून त्यानं सगळ्या म्हशी विकून टाकल्या नि फक्त भागीच्या आवडीची एकच रेडी तेवढी ठेवून टाकली. भागी त्या रेडीवर खूप प्रेम करायची. तिला सुधारू वळण मिळावं म्हणून तिनं पूर्ण स्वातंत्र्य दिलं होतं. तिच्या गळ्यात लोडणा नव्हता का 'हिकडं का गेलीस नि तिकडं का गेलीस?' म्हणून भागी तिला विचारत नव्हती. त्यामुळं ती या स्वातंत्र्योत्तर काळात आनंदात होती. चरता चरता आणि गावाच्या म्हसरांसंगं खोड्या करता करता ती एक दिवस फारच गमतीला आली आणि गाभण राहिली. भागीला आनंद झाला नि माहेराला आलेल्या पोटूशी लेकीची काळजी घ्यावी, तशी ती तिची काळजी घेऊ लागली.

तिचे दिवस भरत आले तसे भागीला आपल्या या लेकीची काळजी वाटू लागली. रेडी पैलारूच असल्यामुळं तिनं नारळाएवढीच कास केलेली. तिची बोटाच्या पेराएवढी थानं टंच झालेली. भागीला वाटलं, आता ही पंधरा दिसांत येणार.

तिनं बाळंतिणीच्या खोलीसारखा गोठा नीटनेटका केला. खडे पडले होते ते मुरूम आणि माती घालून बुजवले. जागा साफ केली.

शिवाची रसायनाची चूल तिथंच होती ती परड्यात नेली. औषध घ्यायला येणारी माणसं गोठ्यातच बसायची, ती आता सोप्यात बसू लागली. शिवानंही या धंद्याला आधुनिकता आणण्याच्या दृष्टीनं आणखी सुधारणा केल्या. चार दांडक्यांवर एक आडवी फळी ठोकून बाकडं तयार केलं. बारक्या कपाच्या ऐवजी तालुक्याला जाऊन प्लॅस्टिकचं घोटघोटभराचं रंगीत गलास आणलं. भागीला शेंगदाणं तव्यात भाजून त्यांना मिठाचं पाणी देऊन कडक किमतीत तिथंच विकायची व्यवस्था करायला सांगितलं. नुसतेच हातात न देता कागदाचे चुट्टे करून त्यात घालून ती देऊ लागली. त्यामुळं गिऱ्हाइकालाही काही तरी कागदातून नव्या फॅशनप्रमाणे

विकत घेतल्याचा आनंद होई नि त्यात नेमका किती माल आहे (का नाही) याचा गिऱ्हाइकाला पत्ता न लागू देता; पैसा मात्र नेमका मिळवता येई.

सांजंचं आपल्या रेडीला गोठ्यात बांधून भागी घरातच शेगदाणे विकत बसायची. बाबा पेलं भरून औषध विकायचा. दिवसभराच्या कामानं आलेला कंटाळा औषध प्याल्यानं जायचा नि माणसं तिथंच गमतीला यायची, भांडायला लागायची, हसायची, रडायची नि पुन्हा बडबडत तिथंच बसायची. त्याचाही कंटाळा आला की पुन्हा एखादा पेला घेऊन घराकडं उत्तेजित होऊन जायची. अशा रीतीनं थकल्याभागल्या जनतेला उत्तेजित करण्याचं सामाजिक कार्य बाप नि लेक मनापासून करत होती.

एक दिवस भागीची रेडी व्याली. त्या दिवशी भागीची यातायात उडाली. पण शिवाला वैताग आला. त्या दिवशी त्या रेडीच बाळंतपण करण्यात त्याची सगळी दुपार गेली. त्यामुळं आलेल्या गिऱ्हाइकाला त्याला नीटपणे सेवा (म्हणजे देशी भाषेत सर्व्हिस) देता आली नाही. त्या दिवशी त्याचा निम्मा धंदा पाण्यातच राहिला आणि निम्मा पाण्यात गेला.

दुसऱ्या दिवसापासनं तर त्याचा वैताग जास्तच वाढला. गोठ्यात बाळंत होऊन बसलेली रेडी आपल्या दोन दिवसांच्या रेडकापायी सारखी ओरडायची. तिला ते सारखं जवळ लागायचं. भागीही दीसभर गोठ्यातच रमलेली. शिवाच्या पोटाला दीसभर काहीच नाही. तो आपला घटका घटकाभरानं चिमूटभर गांजा आणि घुटकाभर औषध पीत कसा तरी दिवस ढकलत होता. तासरातीला त्याच्या पोटात भाकरी पडू लागली.

रातचा त्याच्या धंद्याला ऊत येत असे. खरा धंदा सकाळपेक्षा दुपारी जास्त आणि दुपारपेक्षा रातचा जास्त होई. रात्रीचे बारा वाजले तरी गिऱ्हाईक यायचेच.

पण ह्या धंद्यात आता ह्या बाळंत झालेल्या बयेची आडकाठी येणार असं दिसू लागलं. एक तर भागी तिच्या निगेतच सांजसकाळ घालवू लागल्यानं जेवणाखाण्याला उशीर होऊ लागला. दुसरं म्हणजे शिवालाच या रेडीची धार काढावी लागू लागली. त्यात पुन्हा ही सुधारू वळणाची असल्यानं खोड्या करू लागली. तिच्या मनात समतावादी विचार येऊ लागला. म्हणजे असं की, तिला वाटायचं, आपलं सगळं दूध आपल्या लेकराला द्यावं, लोकांना काय म्हणून द्यायचं? त्यामुळं ती पहिले दोन-तीन दिवस कुणालाच कासेत हात घालू देईना.

शिवा भागीला म्हणाला, "आयला! कासंत हातबी घालू देईना की गं ही."

"तर काय! आता धार कशी काढायची?"

"मी बापय माणूस हाय; म्हणून थानाला हात घालू द्यायला लाजत बिजत तर नसंल?"

"कशाला लाजतीया? माऽप सुधारू वळणाची हाय."

"तेबी खरंच की. बघ बरं तुला तरी धार काढू देती काय?"

"आता मला काढता आली असती; तर मग मी कशाला तुझ्या मिणत्या केल्या असत्या? मला थानं रेटत न्हाईत म्हणून तर तुला बशीवला."

"तसं न्हवं: आदूगर तू बस तरी धारंला. तू तिची मालकीण हाईस, तुला धार देईल असं वाटतंय. एकदा का देऊ लागली की मग मी हळूच बसतो नि थानं रेटतोच की. मग हळूच तू बाजूला सरक."

त्याप्रमाणं त्यानं नि भागीनं म्हशीसंगं राजकारण केलं; पण तरीही तिनं निवडून पुढं गेलेल्या पुढाऱ्याप्रमाणं फाडूदिशी लाथ उडवलीच. म्हणजे टांगच मारली म्हणा ना. मग मात्र शिवा वैतागला. हातात एक सोटा घेऊनच तो धारेला बसला. रेडीनं पाय लाथ मारायला उचलला रे उचलला की तो त्या पायावर दाण्णदिशी दणका देऊ लागला.

तिसऱ्या दिवसापासनं अशीच धार सुरू झाली. एका हातात सोटा नि एका हातात कासंडी घेऊन शिवालाच सांज-सकाळ धारेला बसावं लागलं. आरडाओरडा करत, रेडीच्या मागच्या पायांवर दणकं देत धार काढावी लागू लागली.

सकाळ-संध्याकाळ दोन्ही वक्ताला हा ग्रामोद्योग चाललेला. पण ह्या ग्रामोद्योगानं त्याच्या मूळ प्रागतिक राष्ट्रीय उद्योगाकडं दुर्लक्ष होऊ लागलं. धारेचा कार्यक्रम संपेपर्यंत विशेषतः सकाळी पहिल्या धारेच्या गिऱ्हाइकाला तिष्ठत बसावं लागू लागलं. काही जण वाट बघून बघून उठून जाऊ लागले. दुसरीकडं कुठं काही मिळतं का याचा शोध घेऊ लागले. शिवा त्यामुळं जास्तच बेचैन झाला. कुठनं ह्या रेडीला लेकीसाठी ठेवून घेतली असं त्याला होऊन गेलं. रात्री बारा बारा वाजेपर्यंत जागरण. पुन्हा पहाटेचं लौकर उठून धारेला बसायचं. त्यात पुन्हा रातांधळेपण नशिबाला आलेलं. अशा कटकटीत त्याचे दिवस चालले होते.

अडकेवाडीच्या मावळतीच्या डोंगराला एक प्रचंड तुटलेला कडा होता. दाट किर्र झाडीनं सगळं रान पांघरलेलं. त्या रानात एक वाघीण नुकतीच व्याली होती. दोन-चार दिवस ती आपल्या पिलांपासनं हलली नव्हती. पाचव्या दिवशी थोडीशी बाहेर पडली. पण त्या बयेच्या पोटाला काहीच मिळालं नाही. भूक तर कडाडून लागलेली. पिलांसाठी आचळांत दूधही येईनासं झालं होतं. तिनं विचार केला; गावात जाऊनच आता कुणाचं तरी जनावर बळकावलं पाहिजे. पोटभर खाल्याशिवाय माझी भूकबी भागणार न्हाई नि माझ्या लेकरांस्नी दूधबी मिळणार न्हाई.

भुकेनं हल्लक झालेली ती धिप्पाड वाघीण लपत छपत नि एखाद्या मंत्रीणबाईगत झुलत झुलत रात्री गावात आली. गावात आल्याआल्याच तिला शिवा गवळ्याच्या घरातनं जनावराचा वास आलेला. गाव सुरू होतानाच शिवाचं घर लागे. ती तिथंच थबकून शिवाच्या गोठ्याकडं बघू लागली. अजून शिवा जागाच होता, याचं तिला कौतुक वाटलं. ती एखाद्या सिनेमातील हल्लेखोरासारखी दबा धरून

शिवा झोपण्याची वाट बघू लागली.

सोप्यात आडव्यातिडव्या पडलेल्या रसिक माणसांना उठवून शिवा वाटेला लावत होता. सगळं सामसूम झाल्यावर त्यानं उरलेल्या औषधाचं पातेलं गोठ्यात नेऊन ठेवलं. आज बरंच औषध उरलं होतं. आधल्या रात्री जागरण, पुन्हा पहाटे लौकर उठणं नि पुन्हा आज मध्यरात्रीपर्यंत जागणं यानं शिवा तंगून आणि आंबून गेला होता. म्हणून त्यानं उरलेल्यातलं चार पेलं घशाखाली घटाघटा रिचवलं नि मगच जेवायला बसला.

दिवा मालवला त्या वक्ताला एक वाजला होता. घटकाभरातच भागी नि शिवा दोघंही घोरायला लागली. शिवाचं घोरणं ऐकून वाघिणीला हसूच आलं. "ह्यो तर मेला, माझ्या दादल्यागतच निजंतबी गुरगुरतोय." म्हणून ती मनोमन सुखावली. तशीच जिभल्या चाटत, दबत, पावलं न वाजवता गोठ्यात शिरली. तिला एकाला दोन सावज दिसली.

"हे लई बेस झालं." म्हणून तिनं पहिली झडप दाव्याला धडपडून सुटू बघणाऱ्या रेडीवर घातली.

घटकाभर धडपड झाली नि मग सगळं सामसूम झालं. मग फुकट मिळालेल्या पार्टीला बसल्यागत ती खायला बसली.

पार्टीला बसल्यावर तिला कसला तरी पार्टीत येतो तसलाच उग्र वास येऊ लागला. तिनं दोन-तीनदा श्वास आत ओढून खात्री करून घेतली. वास खास वाढदिवसाच्या पार्टीत येतो तसलाच होता. तिनं मग चोरपावलांनी गोठा इकडं तिकडं खोल हुंगत धुंडला, तर एका पातेल्यात अधर्अधिक औषध शिवानं ठेवलेलं. तिनं मग (एरवी ती मारते तसली न मारता) अत्यानंदानं टुणकन उडी मारली. मचाक मचाक करून तांब्याभर कडक औषध प्याली. मग मिशा पुसत आणि चारी पायांवर झुलत रेडीवर ताव मारायला बसली.

उरलेल्या दोन-तीन तासांत ती खूपच गमतीला आली. दोन-तीन वेळा मधनंच उठून तिनं औषध घेतलं. तंद्रीतच ती रेडी तिनं चट्टामट्टा केली. शिवाच्या घोरण्याचा आवाज तिच्या कानावर येतच होता. तिनं त्याची तीनदा नक्कल केली.

पहाट व्हायला अजून तास दोन तास अवकाश होता; म्हणून ती जायला निघाली, तर तिला चालताच येईना. तिचे चारीही पाय एकमेकात अडकू लागले. समोरचं दार गिरक्या मारतंय आणि आपलं पाऊल उचलल्याबरोबर ते दार भिंतीतच मागं पुढं सरकतंय असं तिला दिसू लागलं. पोटात अलगद जाऊन बसलेली रेडी तिला अलगद आतल्या आत गुदगुल्या करत आहे, असं वाटू लागलं. ती बसल्या जाग्यालाच खुदूखुदू हसू लागली. त्यातच तिला जागरण खूप झाल्यानं घटकाभर डोळा लागला. स्वप्नात वाघोबा येऊन तिच्याशी चेष्टामस्करी करू लागला. त्यात

झोपेतला वेळ कसा निघून चालला आहे, याचा तिला पत्ताच लागला नाही.

पहाटे पाच वाजता भागीला जाग आली. तिच्या लक्षात आलं की, नेहमीपेक्षा उठायला थोडा उशीरच झालाय. गिऱ्हाइकांची गर्दी व्हायच्या आत स्वैपाक करायचा होता. शेंगदाणे भाजून ठेवायचे होते. या दोन्हीच्याही अगोदर परड्यात जाऊन रात्री आंबत ठेवलेल्या रसायनाची भट्टा 'पहिल्या धारे' साठी पेटवायची होती.

तिनं शिवाला हाक मारली. ''बाबा, ऊठ. उशीर झाला बघ धार काढायला. बाबाऽ.''

शिवा घोरतच होता. तिनं त्याला हलवून हलवून जागं केलं. तो नाइलाजानं डोळे चोळत उठून बसला.

''उशीर झाला का काय गं त्येच्या मायला?''

''म्हणून तर म्हणतीय. कोंबडं कवाच वराडलं.''

''वरडून पुन्ना निजलेलं दिसतंय. न्हाई तर मला जाग आली असती.''

''तर आणि काय.''

''आग, मग खुळे, माझ्याकडं बघत काय बसलीस? चटक्यानं भट्टीला जाळ घाल. आत्ता माणसं यायला लागतील. तवर मी धार काढून घेतो.''

भागी परड्यात लाकडं घेऊन पळाली. शिवानं बसल्या जागीच खचून आऽऽ यगऽ करून आळस दिला. डोळ्यांवरची झोप अजून तशीच गाढ होती. तिला तशीच ठेवून त्यानं चिमणीच्या अंधारात उशाचा फेटा चाचपला. फेट्याखालची चिलीम काढली नि बटव्यातला चिमूटभर गांजा चोळला. कडकडून पाच-सहा झुरकं डोळे मिटूनच मारलं. तरीही डोळे डब्बल-तिब्बलदा मिटत होते. म्हणजे एकदा झोपेमुळं मिटायचे, दुसऱ्यांदा गांजामुळे मिटायचे नि तिसऱ्यांदा रातांधळेपणामुळे मिटायचे. त्या तंद्रीतच तो दुधाची कासंडी एका हातात नि दुसऱ्या हातात तेल संपत आलेली मिणमिणती चिमणी घेऊन गोठ्यात नेहमीच्या अंदाजानं गेला.

त्या मिणमिणत्या अंधारात गोठा सगळा शांत वाटत होता. गोठ्याच्या दिवळीत चिमणी अंदाजानं ठेवून अंदाजानंच त्यानं खोपड्यातला सोटा घेतला. म्हशीला हाक घातली, ''ऊठ गऽ ए ऽ रांडं. धार काढायचा वकूत झालाय ठाव न्हाई का?'' सोटा खाडखाड आपटत तो घोगऱ्या आवाजात बोलला.

सोट्याचा आणि त्याचाही मारेकऱ्यासारखा दमदार आवाज ऐकून औषधाच्या गुंगीत गाढ झोपलेली वाघीण चपापून जागी झाली. त्याच्या साळुत्यासारख्या गुबगुबीत मिशा, राठ भिवया, नकटं गोल नाक, काळा कुळकुळीत बाभळीच्या गाठीसारखा देह बघून नि हातातला दणदणीत सोटा बघून ती गांगरलीच. तिच्या लक्षात आलं की, आता जर हालचाल केली तर तो बडगा असा आपल्या पाठीत बसेल की आपलं पेकाटच मोडून जाईल नि दुसऱ्या बडग्यात ठार जीव जाईल.

तिच्या हेही लक्षात आलं की, हा आपण खाल्लेल्या रेडीची धार काढायला आलाय आणि अर्धवट झोपेत, अर्धवट गुंगीत आहे. आता पत्या न लागू देता आपूणच म्हशीच्या जाग्याला हुबं ऱ्हाऊन धार द्यावी. अंधारात काय कळणार न्हाई. रेडी पैलारूच हुती. तिची धूपानं आपल्या थानाएवढीच हुती. तवा त्येला कशाचाच पत्ता लागणार न्हाई. त्येची एवढी एकच्या एक रेडी आपूण खाल्लीय. बिचाऱ्या रेडकालाबी आता आई न्हाई. माझ्या लेकरागतच तेबी तिचं लेकरू. तवा त्येलाबी आपलं थोडं दूध द्यावं, असं मनात आणून ती रेडीच्या जाग्यालाच मुकाटपणे उभी राहिली.

झोपलेल्या डोळ्यांनीच शिवा गवळ्यानं तिला विचारलं, 'उठली का न्हाईस गं अजून?''

तरीही ती काही बोलेना का हालचाल करेना. त्यानं न सोललेल्या नारळाचा सोल ओढावा तसं महाप्रयासानं डोळ्यांवरचं कातडं ओढलं. क्षणभर बघितलं. त्या अंधारात काही तरी उभं आहे असं त्याच्या लक्षात आलं. ''आयला! आदूगरच उठलेली दिसती. उठणारच. आज धार काढायलाच उशीर झालाय; म्हणून वाट बघत असणार. सोट्याचं भ्या काय थोडं हाय व्हय? काय गं एड रांड, ऑ? शेवटचं सांगून ठेवतो. हाँऽ-जर का लाथबीथ उडीवलीस तर ह्या सोट्यानं पायच मोडतो का न्हाई बघ तुझं. असंच आजच्यागत मुकाट हुबी ऱ्हाईत जा. जरा शाण्यासारखी वाग. तुला मग मूठभर भरडा जास्तच मिळत जाईल, काय?''

बोलता बोलता त्यानं रेडकू सोडलं. ते त्या अंधारात जाऊन तिला चोखू लागलं. घटकाभर चोखू दिलं. थोड्याच वेळात रेडीनं पान्हेव घातला असेल म्हणून रेडकू कासेतनं काढून खुंट्याला नेऊन बांधलं व बडगा शेजारी घेऊन मग तो धारेला बसला.

भसाकदिशी त्यानं वाघिणीच्या कासेत हात घातला. तिचं आचळ पकडलं. हळूहळू पिळायला सुरुवात केली. वाघिणीला महा गुदगुल्या होऊ लागल्या. चटाकदिशी उडी मारून जावं असं तिला फार फार वाटू लागलं. पण शेजारचा सोटा बघून तिच्यानं उडी मारवेना. ती आपली गुदगुल्या होतील तशी मनातल्या मनात खुदूखुदू हसत धार देऊ लागली. आपलंच एक आडदांड लेकरू लुचत आहे किंवा आपला वाघच रानगटपणा करतो आहे, असं समजून ती गप्पच धार देत उभी राहिली. तिला एखाद्या धाडशी लेखिकेला मिळावा तसा एक नवा अनुभव मिळत होता. माणूस जनावराची धार काढतो कशी, याचा तिला साक्षात प्रत्यय येत होता. तोही आपल्या पिलांना कधी तरी गोष्टीच्या तासाच्या वेळी बालोद्यानात सांगावा म्हणून ती धार संपण्याची वाट बघत उभीच राहिली. थोडा वेळ मनोमन स्वंथ करण्याचाही प्रयत्न तिनं केला. त्यामुळं रात्रीची पोटात गेलेली रेडी चांगली पीठ झाली नि तिच्यातलं दूध हिच्या आचळात उतरू लागावं इतकं ते कासंडीत चळाचळा पडू लागलं.

नेहमीच्या सवयीनं डोळे मिटूनच शिवा गवळी ताणताणून आचळ ओढू

लागला. अशा वक्ताला डोळे मिटले की त्याच्या तेवढ्या वेळात पाच-सात डुलक्या सरसरून निघत असत. तशा त्या निघाल्या.

धार संपली नि त्याच्या ध्यानात आलं की रेडीनं आज चुकूनसुद्धा मागचा पाय उचलला नाही आणि रोजच्यापेक्षा कासंडी थोडी जडच लागते आहे. म्हंजे आज मापभर दूध तिनं जास्तच दिलंय. म्हणून उठता उठता त्यानं मिटल्या डोळ्यांनीच तिच्या पाठीवर थाप मारली. "शाब्बास मंगळे! अशी जरा शाणी हो. आत्ताच तुला घमेलं भरून भरडा लावून देतो बघ." शिवा रेडकाला सोडून, सोटा खोपड्यात ठेवून नि कासंडी हातात घेऊन गोठ्याच्या बाहेर पडला.

बाहेर पडता पडता त्यानं खुशीच्या आवाजात हाक घातली, "भागेऽऽ! आगं, रेडीला भरडा घाल. चार मुठी जास्तच टाक जरा."

भागीनं परड्यात भट्टीला दणका जाळ लावला होता. रसायन रटारटा शिजत होतं... सगळ्या पाइपा व्यवस्थितपणे बंद डब्यात सोडल्या होत्या. रेडीची धार काढल्यावर रोज तिला थोडा भरडा ठेवावाच लागतो; याची तिला कल्पना असल्यामुळं तिनं अगोदरच भरडा भिजवून ठेवला होता.

"आली आली." म्हणून ती भरडा उचलून गोठ्याकडं जायला निघाली.

वाघीण तोपर्यंत चांगलीच भानावर आली होती. बाहेर अंधुक अंधुक दिसू लागलं होतं. आपलं कर्तव्य तर आपूण बजावलं, म्हशीच्या मोबदल्यात आण्या गवळ्याला धार दिली, असं म्हणून ती जायला निघाली.

जाता जाता तिच्या मनात एक पवित्र विचार आला. ज्या रेडकाची आई आपून खाल्ली त्येला मागं ठेवण्यात काय आरथ न्हाई. त्येला आपल्याबरोबर न्हेलं पाहिजे. आपल्या पोरांस्नी त्येचा उपयोग हुईल. पोरांस्नी न्हाई झाला तर उद्या आपल्याला हुईल. म्हणून तिनं रेडकू पाठीवर टाकलं.

इतक्यात भरड्याचं घमेलं घेऊन भागी गोठ्याच्या दारात आली. समोरचं दृश्य तिनं पाहिलं नि तिच्या रेडीएवढी प्रचंड असलेली वाघीण बघून तिचं काळीज उडालं.

"बाबाऽऽऽ!"म्हणून तिनं किंकाळी फोडली. घमेलं दारातच टाकून ती ओसरीकडं वारं होऊन पळाली. तिची किंकाळी ऐकून स्वयंपाकघरात दूध ठेवायला गेलेला शिवा धावत आला.

"आगं, काय झालंऽ?"

"वाऽ घ वाऽ घ वाघ आलाय."

"कुठाय?"

आता शिवाची झोप एकदम उडाली. उजाडू लागल्यामुळं रातांधळेपणाही उडाला. भागीनं गोठ्याकडं बोट दाखवलं नि शिवाच्या नजरेत रेडकू पाठीवर टाकून जंगलाच्या दिशेनं झेपा टाकत जाणारी प्रचंड वाघीण दिसली.

“रेडकू नेलं माझं, बाबा ऽऽ” भागीनं हंबरडा फोडला.

बघता बघता वाघीण नाहीशी झाली. भागीचं उडालेलं काळीज पुन्हा जाग्यावर आलं. शिवा नि ती दोघं जण गोठ्याकडं धावले. गोठ्यात जाऊन बघितलं तर रेडीच्या जाग्यावर नुसता सांगाडाच शिल्लक राहिलेला. इकडं-तिकडं रक्त वाहिलेलं.

“आयला!”

“आगं बाईऽऽ, माझी मंगळी गेलीऽऽ!”

दोघेही गार झाले.

शिवा गवळ्याच्या मनात काश्मीरच्या प्रश्नापेक्षा मोठा प्रश्न उभा राहिला. ‘आयला! मग मी मघाशी धार कुणाची काढली?’

पाचव्या दिवशी शिवाच्या गावात ग्रामपंचायतीच्या ऑफीससमोरच्या पटांगणात एक मोठी सभा भरली होती. तालुक्याच्या तहसीलदाराला अध्यक्ष म्हणून बोलावलं होतं. शिवानं समाजकार्यकर्त्यांच्या डोक्यानं विचार करून अपयशाचं रूपांतर महायशात केलेलं होतं. ‘वाघाची धार काढणारा शिवा गवळी’ म्हणून त्याची बातमी सगळ्या तालुकाभर आगीसारखी पसरली होती. तालुक्यानं ‘अडकेवाडी-भूषण’ म्हणून त्याचा सत्कार करायचं ठरवलं होतं. तीन-चार दिवस त्याच्याकडे माणसांची रीघ लागली होती. पुरावा भक्कम असावा म्हणून शिवानं सरपंचांच्या फ्रिजमध्ये दुधाची कासंडी सील करून तशीच ठेवली होती. दरम्यान जवळच्याच चिपळूण तालुक्यातील बरीचशी चिपळूणकर मंडळी ‘विद्वान होण्यासाठी वाघिणीचे दूध अत्यावश्यक असते’ असा चिपळूणकर विचार करून ‘चमचा चमचाभर तरी वाघिणीचे दूध द्याच हो. ब्राह्मणाला नाही म्हणू नका; पुण्यलाभ होईल,’ म्हणून शिवाकडे खेपा घालत होती. शिवानंही गवळीपणा करून त्यांना ‘हे वाघिणीचंच दूध हाय बरं का दादा.’ म्हणून शेजाऱ्याच्या म्हशीचं दूध आणून थोडं थोडं मंडळींना विकलं होतं. त्यामुळं भटजी मंडळी विद्वान शास्त्री होऊन धन्यवाद देत परतत होती. आपल्या हातूनच आता झालं तर देशाचं कल्याण होणार या भावनेनं जुन्या छत्रीछाप पगड्या माळ्यावरून खाली काढत होती.

आज शिवाच्याच तोंडून त्याचा शिवपराक्रम ऐकण्यासाठी सगळा तालुका गोळा झाला होता. सभेत सरपंचानं परिचय करून दिल्यावर शिवा सांगू लागला, “माझ्या तालुक्याच्या भावाभैणींनो नि मायबापहो! आपल्या कोकणात रायगड जिल्हा झाल्यापासनं आठ-आठ पंधरा-पंधरा दिवसाला माझ्या सपनात शिवाजी महाराज येऊ लागलं. मी कोल्हापुरासनं हितं येऊन जरी ऱ्हात असलो तरी अस्सल कोकणी माणूस असल्यानं आदूगरपासूनच तुळजापूरची मायभवानी देवी माझ्या अंगात येती; हे माझ्या पोरीपासनं ह्या गावच्या सगळ्या बायकापरेंत सगळ्यास्नी ठाव हाय. ह्या भागात बायकांस्नी लागीरणारी सगळी भुतं मी देवीच्या वारी काढत असतो, हे हितं बसलेल्या पर्तेक न्हवऱ्याला ठावं हाय. अशीच एक दिवस माझ्या अंगात देवी आलेली असतानाच मला गाढ झोप लागली

नि सपनात साक्षात् शिवाजी म्हाराज आलं. त्येंची नि देवीची अचानक गाठ पडली. देवी म्हणाली, "अलीकडं समाजाची मनोभावे सेवा करणाऱ्या राजपुरशांच्या पोटात बारीकसारीक कारणामुळं फार फार दुखतं. आतड्यात मरणाच्या कळा उठत्यात. दिल्लीला या पोटसुळावर औषध देणारा एक डाक्टर हाये. त्येच्या दारावर रोज एवढी रांग लागती की दिल्लीला लागलेली रांग मुंबईच्या इमानअड्डयात येऊन संपती. तरीबी त्येच्या पोटात चावायचं काय न्हात न्हाई. तवा तूच आता अवतार घेऊन एखाद्या वाघिणीचं दूध काढून ते टाकटाकभर निदान म्हाराष्ट्रात तरी तुझ्या हातानं सगळ्यांस्नी वाट. तरच ही पोटसुळाची साथ कायमची बंद हुईल." म्हाराज म्हणालं, "माय माऊली, गेल्या तीस वर्सांत माझं इतकं पुतळं केलं, इतकी माजी चितरं म्हाराष्ट्राच्या हजारो कार्यकर्त्यांच्या लाखो भिंतींवर मोठेमाठे खिळे ठोकून मारली, की तिथनं आता माझी सुटका होणं अवघड हाये. तरीसुद्धा मी दोन-तीन वेळा किरकोळ अवतार घेऊन बघिटलं; पर काय उपयोग झाला न्हाई. लोक माझ्यावर इस्वास ठेवत्यात पर माझ्या अवतारावर इस्वास ठेवत न्हाईत. तरीसुद्धा आता कुणातरी गरिबाच्या घरात थोडा वेळ अवतार घेऊन वाघिणीची धार काढून देता येती का बघतो." असं त्या दोघांचं बोलणं मी ऐकलं. तवर माझ्या कार्टीनं मला गदागदा हलवून उठवलं. इच्चारा वाटलंच तर, माझी पोरगी हितंच हाय. मायबापहो, पाटंची पडलेली सपनं खरी ठरत्यात; असं आपल्या पोथ्यापुराणात सांगितलेलं हाय. पाऽटसपायच्या आत मला त्या सपनाचा अनुभव आला. 'गरिबी हटाव' मधला मीबी एक गरीब माणूस हाये. त्यामुळं महाराजांनी माझ्यावर किर्पा केली.

भल्या पाटंचं पोरीनं म्हशीची धार काढायला मला उठवलं नि मी गोठ्यात गेलो. जाऊन बघतोय तर गोठ्यात एक भली दांडगी वाघीण शिरलेली. तिनं माझ्या म्हशीला खाऊन गट्टगार केलेलं. म्हटलं, बरं झालं, गावली तावडीत. माझ्याबी अंगात म्हाराज शिरलं नि मी गोठ्याचं दार गापदिशी लावून घेटलं. हातात तरवार न्हवती म्हणून सोटा घेऊन म्हणालो, 'बऱ्याबोलानं धार काढू दे. मला म्हाराजांची आज्ञा हाय. जर का गडबड केलीस तर ह्या सोट्यानं तुझा शिरच्छेद करीन. नि तुझं मुंडकं भगव्या झेंड्यावर लावीन' मग काय! माझी डरकाळी ऐकून गायीगत गपगार वाघीण हुबी ऱ्हायली नि मी चराचरा तिची धार काढून घेटली. भरपेट दूध काढल्यावर मग दिली जंगलात सोडून नि काय."

तर मायबापहो, भवानी मावलीची नि म्हाराजांची ही किर्पा! दुसरं तिसरं काय न्हाई. तुम्ही समजायचं ते समजून घ्या. बोऽऽला शिवाजी म्हाऽऽराऽऽज की जेऽ! भवानी माताऽऽ की जेऽ!" असं म्हणून शिवा सगळ्यांना मुजरा करून खाली बसला. हवेत टाळ्यांचा काडकाड काडकाड वळीव पाऊस पडला. सगळा कोकणातला मावळा शिवाजी महाराज अवतरल्यागत बेहोश झाला. "शिवा गवळीऽऽकी जेऽ! शिवाजी म्हाऽऽराऽऽज की जेऽ!" असा जयघोष झाला. लोकांनी कोळशाच्या एका

गरीब कंत्राटदाराचा ट्रक दम देऊन मागितला. त्यामुळं त्यानं तो स्वखुशीनं दिला. शिवा गवळ्याची त्यातनं गावभर मिरवणूक काढली. भूपाल वाण्यानं नुकतंच जिल्ह्यासनं जत्रेसाठी आणलेलं गुलालाचं पोतं युवकसेना संघटनेनं देशप्रेमानं पळवलं नि गुलालानं सगळं गाव लालभडक करून टाकलं.

हा हा म्हणता ही बातमी खुद्द महाराजांच्या रायगड जिल्ह्यात पसरली. तिथनं महाराष्ट्राच्या राजधानीपर्यंत लाइटनिंग कॉल लावून गेली. त्या दिवशी मुख्यमंत्री असलेल्या मुख्यमंत्र्यांचे बाहू स्फुरण पावू लागले. त्यांच्या डोक्यात वेगळाच प्रकाश पडला. त्यांनी ताबडतोब बिनलाचखाऊ नि बिनभाडखाऊ प्रामाणिक सरकारी सेवक पाठवून खरी बातमी काय आहे, ते काढून आणण्यास सांगितले. तर खरी बातमी तीच होती हे आश्चर्य.

ताबडतोब फोन झाले. बैठका झाल्या. रायगड जिल्ह्याच्या दिशेनं मंत्र्यांच्या गाड्या धावू लागल्या. जिज्याच्या ठिकाणी एक महान कार्यक्रम आयोजित करून शिवा गवळ्याला बोलावून घेण्यात आलं. फार मोठा समारंभ झाला. वाघाची धार काढणारा गवळी म्हणून शिवाचा सत्कार करण्यात आला. 'रायगड जिल्हा पद्मश्री' ही पदवी त्याला सन्मानपूर्वक देण्यात आली. इंग्लंडमधून आणलेली एक शोभेची अस्सल तलवारही त्याला देण्यात आली. इतकंच नव्हे, तर वाघिणीची धार शास्त्रोक्त पद्धतीनं कशी काढता येईल याचे काही प्रयोग करण्यासाठी आणि त्यापुढील संशोधनासाठी त्याला आफ्रिकेच्या जंगलात सरकारी खर्चानं पाठविण्याची व्यवस्था केली. तेथून परत आल्यावर जास्तीत जास्त दूध देणाऱ्या जर्सी जातीच्या वाघिणीची पैदास कशी करता येईल याचा 'फक्त विचार करणाऱ्या' समितीचे कायमचे अध्यक्ष नेमण्याची तरतूदही करून ठेवली.

परत जाताना सर्व मंत्र्यांनी शिवा गवळ्याच्या झोपडीला भेट दिली. तो इतिहासप्रसिद्ध गोठा पाहिला. शिवानं चालवलेल्या उद्योगाची प्रशंसा केली. तेथील तीर्थ प्राशन करून भागीचा प्रेमानं एक एक गालगुच्चा घेतला. तिच्या पाठीवरून हात फिरवला.

इतक्यात सरपंच दुधाची कासंडी घेऊन आले आणि मग सगळ्या मंत्र्यांना घोटघोटभर वाघिणीचं दूध देण्यात आलं. तेव्हापासून सगळ्यांचे पोटसूळ शांत झाले.

असे शिवा गवळी या देशात प्रत्येक पक्षात होवोत; अशी सदिच्छा व्यक्त करून बघायला आलेली नि काहीच न मिळालेली गरीब जनता घरोघर गेली नि गाड्या मुंबईस राज्य करायला निघून गेल्या. उघडीनागडी पोरं त्या रंगीत राजेशाही गाड्या बघून हरखली. तसंच तुम्ही आम्ही उपासी राहून, राज्य करणाऱ्यांकडं पोटभर बघत असू या नि हरखून जाऊ या.

साप आणि उंदीर

सकाळी अंथरुणातच होतो. रविवार होता. उठण्याची घाई नव्हती. ऑफिस नव्हतं. निवान्त झोपावं असं वाटत होतं. एवढीच सकाळ माझ्या ताब्यात असते. इतक्यात माझी धाकटी बहीण सुरेखा धावत आली.

"दादा, ऊठ. अरे, संडासच्या बोळकंडीत साप केवढा मोठा आलाय!"

"साप?"

"हो, साप."

मला आश्चर्य वाटलं. इथं शहरात कशाला हा साप आला आहे?

"...मी संडासला चालले होते. बऱ्यात बरं; मी अंधारात पाहिलं म्हणून; नाहीतर माझा पायच पडला असता."

"बाप रे! आहे का गेला?"

"आहे ना. त्यानं एक उंदीर पकडला आहे. तोही जिवंत आहे. सुटण्याची धडपड करतोय नि साप त्याला चावून मारण्याचा प्रयत्न करतोय."

मला मोठी गंमत वाटली...चावून चावून साप उंदीर कसा मारतो, हे पाहिलं पाहिजे. मी उत्सुकतेनं अंथरुणात उठून बसलो.

"कोणी आलंय का मारायला?"

"समोरच्या वस्तीतले दोघं जण आले आहेत. पण सगळी अडगळ आहे. त्यांना तो मिळतो की पळून जातो कोण जाणे!"

मी चटकन उठलो. अंगात गंजीफ्रॉक घातला, विजार घातली. कोपऱ्यातल्या दोन्ही काठ्या घेतल्या ...घर म्हणून काठी असावी, असं मला पूर्वीपासूनच वाटतं.

मला कुणाशी मारामारी करायची नाही; पण आत्मसंरक्षणासाठी असावी. गावाकडे असताना संघात होतो, ती सवय काही जात नाही. नोकरीला लागलो. काळी चड्डी नि हाफ शर्ट सोडून पँट-मॅनिला घालू लागलो. व्यायाम बंद झाला. तरीही ही सवय जात नाही.

...आत्मसंरक्षण केलं पाहिजे, ते करता करता कुणी काठीच हिसकावून घेतली तर दुसरी असावी म्हणून दुसरीही एक ठेवली आहे. एक चाकूही ठेवला आहे. प्रवासात तो बरोबर असतो. पँटच्या खिशातच ठेवून टाकतो मी. कुणी सुरामारी, चाकूमारी किवा नुसतीच मारामारी केली तर आपल्याजवळही शस्त्र असावं, हा विचार.

मनासमोर एक स्वप्न आहे. असं एकदा व्हावं. आत्मसंरक्षणासाठी एकदा तरी लाठी चालवायला, एकदा तरी चाकू चालवायला मिळावा आणि त्यात आपण विजयी व्हावं, असं फार फार वाटतं. नंतर पंचनामा, पोलिसतपास, केस काहीही होऊ नये असंही वाटतं. पण माझं हे स्वप्न साकारच होत नाही.

कधीकधी असाही विचार येतो की, दुसऱ्यावर लाठी चालवणं, चाकू चालवणं म्हणजे हिंसाच. पण माणसं साली विनाकारण फार त्रास देतात. त्यांना वाटतं, माझ्यात काही दमच नाही. गांडुळासारखा जगणारा हा प्राणी आहे. पण तसं मुळीच नाही. माझे हात ऑफिसात रोज शिवशिवत असतात. पण मग खाज बंद होण्याच्या गोळ्या खाऊन मी गप्प बसतो. नाइलाज आहे.

पण आज चाकू नाही, काठीचा तरी उपयोग होईल असं वाटलं. मी दोन्हीही काठ्या घेऊन खाली चाललो.

जिरेटोप व चिलखत घालून युद्धावर चाललेल्या राणा प्रतापाची मला उगीचच आठवण झाली. हातात भाल्यांचा जुडगा नि छातीचा कोट करून तो वीरसिंह गडाच्या पायऱ्या उतरून असाच तटाबाहेर पडला असेल नि शत्रूच्या गोटात शिरला असेल. चिलखत म्हणजे काय, बारीक साखळ्या गुंफून तयार केलेले नि कोपर-बाह्या असलेले लोखंडी गंजीफ्रॉकच की. जरा जाडजूड असतं एवढंच. आपलं गंजीफ्रॉक सुती आणि हलकं आहे एवढाच फरक. शिवाय विजारीतले पाय सुरवारीतल्या पायांपेक्षा जास्त सुरक्षित असतात.

बाहू स्फुरण पावू लागले. चिंचोळ्या चोरवाटेनं नेताजी पालकरनं बाहेर पडावं तसा आमच्या अंधाऱ्या जिन्यातून मी खाली उतरलो.

खाली गडबड चालली होती. असा संडासाच्या बोळकांडीत हातातील काठ्यांसह घुसू लागलो, तर 'अगं बाई गंऽऽऽ' करून परत फिरलेला तुकदेव माझ्यावर येऊन आदळला.

"काय हे तुकदेव! सापाला भिऊन पळतोस? कसला पुरुष तू? चल, ही घे काठी. सापाला मारल्याशिवाय परत फिरायचं नाही." ...असे भागूबाईसारखे ढुंगणाला पाय लावून पळता काय? गडावरचे दोर तुटलेत आणि दरवाजे तर बंद झालेले आहेत. मर्दाच्या अवलादीचे असाल तर आता सापाला मारा किंवा मरा, सापाला मारल्याशिवाय संडासाचे दरवाजे मोकळे होणार नाहीत.. अरे, तुमच्या आयाबहिणी

तिकडे भरले तांबे हातात घेऊन कुचंबत असताना तुम्हाला पळपुटी बुद्धी सुचतेच कशी... चला! परत फिरा. हरहर महाऽऽ देऽव!

मी काठी सरसावून पुढे झालो. त्या अंधुक अंधारातच समोरच्या झोपड-वस्तीतल्या इठू, चंदाप्पा आणि बक्षा यांची पुढं जाण्याची धडपड सुरू होती. कबड्डीत एकमेकांचे हात धरून एकमेकाला आधार नि धीर देत खेळाडू जसे साखळी करतात, तसे ते खांद्याला खांदा लावून काठ्या सरसावून एक पाऊल पुढं नि दोन पावलं मागं; अशी प्रगती करत होते.

त्या अडगळीच्या गर्दीत सापानं त्यांच्याकडं आमच्या बॉसप्रमाणे संपूर्ण दुर्लक्ष केलं होतं. तो आपल्या भक्ष्याशी झटापट करीत होता. त्याला धरून बीळ शोधत होता. भिंतीवर चढण्याचा प्रयत्न करीत होता.

काठी चुकली नि सापानं आपलाच पाठलाग केला तर काय घ्यायचं, या कल्पनेनं तिघांचाही स्वैर विहार चालला होता. पलीकडच्या श्रीपतरावांनी तर ती बैदाच नको म्हणून हातात बांगड्या भरलेल्या स्त्रियांना (बहीण, बायको, आई यांना) पुढं पाठवून आपण घरातच आरशासमोर दाढी-मिशा काढून तोंडं गुळगुळीत करण्याचा पुरुषी प्रयत्न चालविला होता.

मी सगळ्या परिस्थितीचा अंदाज घेतला. प्रसंग मोठा बिकट होता...कोणत्या बाजूनं पुढं सरकता येईल? अडगळीच्या पिंपाचा आडोशासाठी उपयोग करता येईल का? का पिंपाचाच स्वसंरक्षणासाठी साप आधार घेईल, याचा नीट विचार केला. कोणत्या बाजूनं कुणी पुढं सरकावं, हेही मनात ठरवलं. तो एक संग्रामच ठरणार होता.

"भिऊ नका. आरडाओरडा केलात, उगीच गडबड केलीत, तर साप पायातच सळसळत येईल." मी असं म्हणालो तेव्हा काही स्त्रियांनी आपली पातळंही सावरली.

"कुणीतरी बॅटरी आणा. तुम्ही दोघे जण न भिता ते पिंप सरळ उचलून पहिल्यांदा बाजूला घ्या मी सापावर डोळा ठेवतो. तुकदेव, काठी गच्च धर. सोडू नकोस. तुझा हात फारच थरथरायला लागलाय. साप तसा मोठा नाही. मी बरोबर मारतो." हळूहळू सर्वांना धीर दिला. त्यांना सेनापती आल्यासारखं वाटलं असावं.

मी उगीचच विजार वरती खोचून घेतली. हातात काठी गच्च धरली. इठू नि चंद्राप्पा दोघेही जिवावर उदार होऊन एकमेकाला ढकलत पिंपाजवळ गेले. गेलेले पुन्हा पळत आले. साप तिकडं सरकताना दिसला, असं त्यांचं मत. पण तो भासच होता. दुसऱ्यांदा त्यांना 'भित्रे, भ्याड' म्हटल्यावर त्यांच्यात वीरश्री शिरली. घामाने चिंब होत त्या दोघांनी ते पिंप उचलून बाजूला आणलं. दरम्यान तुकदेवाचा पाय त्याच्याच धोतरात अडकून ते फाटलं. त्यानं ते मग चापून खोवलं. तोवर बाबू

जामट्या लोखंडी गज घेऊन आला. त्याला कचऱ्याच्या टोपल्या, दोन्ही सायकली बाजूला घ्यायला सांगितलं. घटकाभरात अडगळीची जागा रणांगणाच्या मैदानासारखी मोकळी नि ऐसपैस करून घेतली.

श्रीपतरावांच्या मिणमिण उजेड असलेल्या बॅटरीची ऐन वेळी मदत झाली. त्यांच्या सुंदर बहिणीनंच ती आणून दिली. त्यामुळं मला आणखी वीरश्री चढली. कमलकुमार आणि देवल देवींची ऐतिहासिक आठवण अचानक झाली... काहीही झालं तरी हा साप मारून संडास आपल्या हाती त्वरेनं घेतला पाहिजे. मागं वळून पाहिलं तर भरलेली अनेक टंबरेलं मोठ्या अपेक्षेनं या विजयाची वाट बघताना पाळीत ठेवलेली दिसत होती. मग आणखी स्फुरण आलं. बायकांची गर्दी माझा पराक्रम पाहायला एवढी का झाली आहे, याचं रहस्य कळलं.

''बाबू, लोखंडी गज टाक नि हातात बॅटरी धर. बॅटरी बरोबर सापावर धर; म्हंजे तो कुठं जातो, ते दिसेल. त्याला नीट रोखता येईल.''

बाबूनं सापाच्या अंगावर बॅटरीचा लुकलुकता किरण टाकला. सापानेही आमची फारच गडबड चाललेली बघून आता शहाणपणा केला नि तोडातला उंदीर खाली टाकून दिला. आता तो सावध झाला. इकडं-तिकडं बॅटरीच्या उजेडात पळून जायला जागा शोधू लागला. त्याचे डोळे दिपू लागले असावेत. त्याचा मी फायदा घ्यायचा ठरविला. उजेडात त्याचे चकचकीत डोळे नि जीभ भेदक दिसू लागली. त्याचं डोकं माझ्या डोळ्यांत अर्जुनाला दिसणाऱ्या झाडावरच्या पक्ष्याच्या डोळ्याप्रमाणं सलू लागलं. कसं मारायचं आता ह्याचं डोकं?...अंगात शिरशिरी आली नि मी उद्गारलो, ''तुकदेव, हाण काठी. बघतोस काय? मी आहे.''

आता साप मारायला तोंड फुटणार इतक्यात तुकदेवनं दगा दिला. ''न्हाई रं ऽऽ बाबा.'' मला तो 'अरे-तू रे' म्हणू लागला. ''भित्तीवर कशी काय काठी लागणार? साप खाली पडून निसटून गेला नि त्येनं माझा दावा धरला म्हंजे?''

शेवटी मीच जिवावर उदार झालो. काठीचा डायरेक्ट उपयोग करायचा ठरवलं. अनायासे पाठीमागं बऱ्याच बायका आणि मुलंही जमली होती. त्या सर्वांना पराक्रम करून दाखवायची ईर्ष्या निर्माण झाली. मी तुकदेवला सांगितलं, ''तुकदेव, निदान असं कर. मी सापाचं डोकं बरोबर काठीखाली धरतो. मग तरी त्याच्या धडावर रट्टे लगावशील का नाही?''

''डोसकं गच्च धरलसा तर लागेल तेवढं रट्टं देतो.''

''नक्की?''

''नक्की. पर डोसकं धरा पैलं.''

मी बेभान झालो उंदरावरचं आमचं लक्ष अजिबात उडालं.

''बाबू, बॅटरीचा उजेड विझवू नकोस. गच्च धर. डोकं कुठंही अंधारात गेलं तरी

त्यावर उजेड पडला पाहिजे.''

"बरं. हाणा तुम्ही.''

मी रामबाणाच्या अचूकतेनं काठीचा बुंधा सापाच्या डोक्यावर बरोबर धरून भिंतीवर रेटला. डोसकं काठीखालीच सापडलं नि साप पट्टयाच्या पानासारखा वाऱ्याच्या वेगानं वळवळू लागला. तो जसा वळवळू लागला तसा माझा काठीचा रेटा वाढू लागला अंगात इतकं बळ आलं की आणखी थोडा रेटा जास्त झाला असता तर भिंतीला काठीनं आरपार भोकच पडलं असतं किवा भिंतच पलीकडं कोलमडून पडली असती.

"हाण, तुकदेव. बाबू, बॅटरी सोडू नकोस.'' ...रणघाई सुरू झाली. त्याच वेळी मला जोरात शौचाला आलं होतं.

बाबू जोरजोरात बॅटरीचा लाईट पाडू लागला. खटका जोरजोरात दाबू लागला; पण लाईट काही प्रखर पडेना. तुकदेवानं पहिले वेगवान दणके माझ्या काठीवरच दिले. माझे हात झिणझिणू लागले.

"तुकदेव अरे, माझ्या काठीवरच काय मारतोस? सापावर नेम धरून दणके मार ना.''

त्यालाही आवेग आला होता. पण साप भिंतीवरच वळवळत असल्यानं त्याला काठ्या मारता येईनात. शेवटी माझ्या काठीवर जास्तच दणके बसू लागल्यावर मी माझे अखेरचे बळ वाढविले नि सापाचं डोकं जास्तच भिंतीबरोबर चिरडलं. घटकाभरानं काठी ढिली केली. आता त्याचं जिवंत रसरसतं शरीर जीव सोडताना मंदमंद होत जाताना दिसत होतं. त्याचा प्राण देह सोडून जाताना, त्याच्यातून कष्टांनी बाहेर पडताना मला दिसत होता. शेवटी त्याची संपूर्ण वळवळ संपून सर्व शरीर भिंतीवर सैल होऊन दोरीसारखं लोंबकळू लागलं, तेव्हा मी काठी काढून घेतली. साप जडजड होऊन दोरीच्या चोथ्यासारखा खाली पडला.

साप खाली पडल्यावरही थोडा थोडा वळवळत होताच. पण आता त्याला डोकं नव्हतं. डोळे नव्हते, जीभ नव्हती. जवळजवळ शिरच्छेद झालेल्यातच त्याची जमा होती. त्याच्या धडावर सगळ्यांच्या काठ्या पडल्या. मग मात्र काठ्या फुटेपर्यंत त्याला सर्वांनी बडवलं. तरीही त्याची वीतभर शेवटची शेपूट वळवळत होतीच. शेवटी बाबूनं ती गजानं स्वतंत्रपणे मारून काढली. बाबूला असं वाटलं की कदाचित शेपटीकडंही बारीक तोंड असलं तर काय घ्या! म्हणून त्यानं अगदी शेंड्यापर्यंत शेपूट चेचून काढली. साप थंड झाला. अगदी अथपासून इतिपर्यंत थंडथंड झाला.

मग मात्र ते थंड झालेलं धूड तुकदेवनं काठीवर उचलून घेतलं. प्रथम ते बोळकांडीतून बाहेर आणलं. पाच-दहा मिनिटं बायकांनी ते पाहिलं. आपआपल्या तोंडात बोट घालून त्याचं कौतुक केलं. श्रीपतरावही दाढी करून बाहेर आले.

त्यांनीही बायकांच्या पाठीमागं उभं राहून टाचा वर करून दर्शन घेतलं.

तो कोणत्या प्रकारचा साप असेल याच्या अनेकांनी कल्पना केल्या. बहुधा तो नक्कीच दहाचा आकडा नसलेला अस्सल नाग असणार असं सर्वानुमते ठरलं. अस्सल नागाच्या फण्यावर कधीकधी दहाचा आकडा नसतो, हे मला नवं ज्ञान झालं नि मीही तो 'अस्सल नागच आहे,' असं मोठ्यानं म्हणालो. त्याची लांबीही किती असेल हे ठरविण्यात आलं. अगदी मुक्तपणानं ती ठरविण्यात आली. अडीच ते तीन फुटापर्यंत ती ठरली. फुटाचं मापही इतकं लहान असतं याचंही मला नवं ज्ञान झालं.

शेवटी त्याला तुकदेवनं चिंबलेल्या काठीनं उचललं नि तो त्याला जाळायला कचरापेटीकडे चालला. उचलताना साप फारच केविलवाणा दिसला. त्याची ती दशा पाहून बायकांनी त्याच्या तोंडात एखादा पैसा घालून जाळण्याची आठवण करून दिली.

तोपर्यंत विनूची आई म्हणाली, "त्याच्या तोंडात तांब्याचाच पैसा घातला पाहिजे; तर पुण्य लागतं. नागदेव आहे तो. विष्णूचं शयन, शंकराचं भूषण."

झालं! त्याला भलताच संदर्भ दिल्यानं सगळ्याच बायका तांब्याचा पैसा शोधायला आपल्या घरी लगबगीनं गेल्या. त्यांनी घरं धुंडली. पण कुणाच्याही घरी तांब्याचा पैसा काही सापडला नाही. कुणीतरी एक जण तांब्याचा पैसा घेऊन अचानक आलं. त्याच्या घरात तो मिळाला.

"आश्चर्य आहे! तुमच्या घरात तांब्याचा पैसा होता?"

"छे! हो! कोपऱ्यावरच्या तांबटाला पन्नास पैशाचं नाणं देऊन हा आणला. त्या तांबटाकडं जुनी नाणी बरीच आहेत, हे त्याच्या बायकोनं मला कधीतरी सांगितल्याचं आठवलं नि मी गेले. तर खरोखरच पैसा मिळाला."

"तुमची पुण्याई फळाला आली. दुसरं काय." विनूची आई सहजपणे म्हणाल्या.

हे ऐकून लगालगा तीन-चार स्त्रिया घरी गेल्या. पाच मिनिटांतच मग पुन्हा तांब्याचेच चार पैसे आले आणि नागदेवाची बेगमी झाली. तांबटालाही पाच पैशांत अडीच रुपयांची लॉटरी लागली.

आमच्या घरी मात्र तांब्याचा पैसा सापडला नाही नि तो आणायला आमची सौ. जाण्याचंही लक्षण दिसेना. माझा चेहरा कावराबावरा झाला. आपण आयतं चालून आलेलं पुण्य गमावत आहोत, असं मला वाटू लागलं. शेवटी मी मनाचा हिय्या केला नि सौ. ला पटकन तांबटाकडं जाऊन यायला खालच्या आवाजात सांगितलं.

सौ. पाच मिनिटांत जाऊन आली. सौ. नं तुकदेवच्या हातात पैसा ठेवला. मला मोठं समाधान वाटलं. मोठा श्वास सोडला. पाच मिनिटांत पुण्य मिळालं. नाही तर नाग मारायला मी नि पुण्य मात्र बायकांना, अशी गत झाली असती.

रविवारच असल्यामुळं दिवस मोठ्या मजेत चालला. हजार हत्तींचं बळ आपल्या

अंगात संचारलं आहे, असं वाटू लागलं. सकाळी मुलं उठल्यावर गाद्या मलाच गोळा करून ठेवाव्या लागतात. आज मी गाद्यांच्या गुंडाळ्या मोठया जोमानं केल्या. पृथ्वीराज चव्हाणानं जयचंदाच्या मुलीला ऐन गर्दीतनं उचलून घोड्यावर घेतलं नि त्यानं घोडा भरधाव सोडला, तसं काहीतरी करावं असं वाटू लागलं. निदान गाद्यांच्या गुंडाळ्या त्या जोशात उचलून पलंगावर एकावर एक ठेवून टाकल्या. खालून पाण्याच्या बादल्या भराभर आणून आंघोळीच्या बॅरलमध्ये ओतल्या.

पराक्रमाचा दिवस साजरा करावा, असं वाटू लागलं. दहा वाजता अध्यार्अर्ध्या तासाच्या अंतरानं चार-पाच जण मित्र आले. त्या सर्वांना चहा दिला. गप्पांना रंग चढत होता. सापाविषयीच्या कथा रंगत चालल्या. मूठभर मांस अंगावर चढल्यासारखं वाटत होतं.

दुपारी जेवणानंतर माझं मलाच स्वतःशी बरं वाटत होतं. शेजारच्या श्रीपतरावांना आता कळेल की, आपण किती धाडसी आहोत. त्याची बायको त्याच्यापुढं माझे पराक्रम सांगत बसेल. सगळ्या वाड्यातल्या लोकांना आता आपली दहशतच बसेल. पलीकडचा पेंडसे नेहमी भांडतो. त्याला कळलं असेल की हा माणूस साप मारायला भीत नाही, मग आपल्याला मारायला का मागंपुढं पाहणार आहे? त्याच्या मनावर आता चांगली जरब बसेल. मला दम द्यायचं सोडून देईल.

ऑफिसमध्येही कुणीतरी सांगितलं पाहिजे, म्हणजे त्या मरतुकड्या सापांना आपली कल्पना येईल.. सालं! आता आपण साप मारण्यात तज्ज्ञ झालं पाहिजे. शहरात कुठंही साप निघाला तर आपणाला साप मारायला बोलावतील. साप दिसला की ठेचायचा. सोडता कामा नये. बिळात जाणाऱ्या सापाचं शेपूट धरून तो खेचायचा आणि तशीच शेपूट धरून तो हवेत गरगर फिरवायचा. गरगर फिरवून दगडावर आपटायचा. एका दणक्यात साप खलास. ही झाली पहिली रीत अशा कितीतरी रीती शोधून काढता येतील. सगळं वर्कआउट केलं पाहिजे. प्रथम सापाचे प्रकार किती आहेत, कसे आहेत ते पाहिलं पाहिजे. त्याच्या प्रकारागणिक आपली पद्धत बदलली पाहिजे. एक नवं शास्त्र तयार होईल. एक नवा शोध...

जेवणाची गुंगी घटकाभरातच गेली नि मग मला पुन्हा झोपच लागेना. तेच विचार मनात सारखे येऊ लागले. मन रमविण्यासाठी मग सुरेखानं आणलेल्या एका डिटेक्टिव्ह पुस्तकाला हात घातला. संध्याकाळच्या चहाच्या वेळेपर्यंत ते वाचून काढलं. पाच-सात खून पडले होते. त्या खुणांचंही आता मला काही वाटलं नाही. जीवनात असे खून, अशा मारामाऱ्या होणारच. असं काही थ्रिल असल्याशिवाय जगण्यात मजा नाही, साली! रोज एकाचं डोसकं फोडलं पाहिजे. त्या गणपुल्यानं माझ्या उलट वरती जाऊन बोंब मारली आहे. त्याचं प्रथम डोकं फोडलं पाहिजे. पाटणकरानंही ऑफिसस्टाफनं प्रसिद्ध केलेल्या छापील नियतकालिकात माझे विनोदी

चुटके घेतले नाहीत. आतून आतून माझ्यावर जळतोय साला. त्यालाही हाणलं पाहिजे. मानेनं मागास समाजाचा फायदा घेऊन मंत्र्याच्या वशिल्यानं माझं प्रमोशन मारलं नि माझ्या डोक्यावर सर्पासारखा येऊन बसलाय. त्याच्या थुलथुलीत पोटात कलिंगडात सुरी खुपसल्यागत आपला चाकू खुपसून त्याचा कोथळाच बाहेर काढला पाहिजे. बॅरल भरेल इतकी रम त्यातनं रक्ताऐवजी बाहेर पडेल... घोडके, तो शेळके सगळेच साप... पैसे खाणारे, दारू पिणारे, प्रमोशन देणारे, वशिले लावणारे, कामे न करणारे, माझ्यावर कामे टाकणारे, जातायेता दंश करणारे, सतत वळवळणारे... सगळे चिरडले पाहिजेत. यांच्या तोडात फक्त एक एक पै घालायची नि यांना गटारीकडेला जाळायचं... पण आताशा पै मिळणार कोठून? यांच्या तोंडात एक एक सिगारेटच घालावी. त्याशिवाय त्यांच्या आत्म्याला शांती मिळणार नाही...

चहा आला नि फार फार बरं वाटलं. सहा वाजता अव्या मोरजे गप्पा मारायला आला. मग पुन्हा चहा झाला. पुन्हा बरं वाटलं. सकाळचा सगळा पराक्रम पुन्हा एकदा त्याला सांगितला. मग माझ्या असं लक्षात आलं की सकाळचा अडीच-तीन फूट लांबीचा साप संध्याकाळी सात वाजेपर्यंत सहासात फूट लांब झाला आहे. त्याची लांबी पत्ता नाही ते वाढत गेली होती. मीही ती राजीखुषीनं वाढू दिली होती. आपण मारलेल्या सापाची लांबीरुंदी वाढत असेल तर वाढू द्यावी, असं विवेकशक्तीला वाटू लागलं. मोरजे हा बहुधा शेवटचा इसम होता. त्यामुळं त्याच्यानंतर लांबी वाढणं शक्य नव्हतं. म्हणूनही मी आपली लांबीच्या बाबतीत घासाघीस केली नाही.

रात्री मात्र मध्यरात्रीनंतर गाढ झोपेतच एक स्वप्न पडलं नि सगळी शक्ती गेली. एक प्रचंड दगडी वाडा. उंचच उंच पाचव्या मजल्यावर माझं वसतिस्थान. मळसूत्री जिन्याची दहापंधरा वेटोळी चढून नुकताच मी पलंगावर येऊन बसलो आहे. दिवसभराचा थकवा जावा म्हणून सुंदर, रुंद अशा लाकडी पलंगावर गुडघ्याएवढ्या उंचीची गादी. तिच्यावर मी आपला देह सैलपणे सोडून दिलेला आहे. असा डोळा मिटतो आहे तोवर मला एक प्रचंड सर्प दगडी भिंतीवरून वरवर येताना दिसतो आहे. प्रत्येक खिडकीत तो आपल्या माणकासारख्या डोळ्यांनी डोकावतो आहे. चाहूल घेत आहे. धीम्या, आत्मविश्वासयुक्त चालीने वरवर तो सरकत आहे. शेवटी माझ्या पलंगाच्या प्रचंड हॉलमध्ये खिडकीतूनच मान ताठ करून मला हेरतो आहे. मीच आहे, हे हेरून तो खिडकीतून आत उतरला आहे.

मी उठून जाण्याचा प्रयत्न करतो आहे, पण मला उठता येत नाही. ओरडण्याचा प्रयत्न करतो आहे, पण ओरडताच येत नाही. आता हालचाल करावी तर हा चावणार. आपल्याजवळ एकही काठी नाही.

"कोण तू?"

"मी सर्पाचा राजा. तू ओळखत नाहीस?"

"नाही. मी तुझे पाय धरतो."

"मला पाय नाहीत..."

"मग, मग काय धरू? तू सांगशील ते धरतो. मला क्षमा कर. मी नाक मुठीत धरतो."

"भिऊ नकोस. मी तुला दंश करणार नाही. माझे दात कधीच पडून गेले आहेत."

मला एकदम धीर आला.

"तू का आला आहेस?"

"तुला काही विचारण्यासाठी. सकाळी तू कारण नसताना आमचं एक गरीब पोर ठार केलंस."

"साप कधी गरीब असतो?"

"साप फार गरीब असतो. सदैव शापित असतो. त्याला हात-पाय काही नसतात. त्याला एवढ्या मोठ्या विस्तीर्ण जगात फक्त बिळात, सांदीत, ओसाडीतच राहता येतं. पण तुम्ही माणसं त्याला तिथंही नीट राहू देत नाही. दिसला की ठेचता. बिळात हात घालून त्याला ओढून काढता. सकाळचं पोर उणंपुरं एकदीड फूट सुद्धा नव्हतं. नुकतंच कुठं बाहेर पडू लागलं होतं. पोटासाठी धडपडू लागलं होतं. निरपराध गरीब बिचारं."

"निरपराध? त्यानं उंदीर पकडला होता."

"उंदराला कोण पकडत नाही? पोटासाठी घारी-घुबडं, कुत्री-मांजरं, माणसं सगळीच पकडतात त्याला."

"पण तो संडासात आला होता. कुणाचा पाय पडला असता नि चावला असता तर?"

"अरे, तुला ठाऊक होतं की, ते एक किडकं किरडू होतं फुटादीड फुटाचं. विषारी नव्हतं याची कल्पना त्याचं डोकं बघितल्याबरोबर तुला आली होती; खरं ना?"

"...खरं आहे. चुकलो मी. पण साप मारण्याची ही पहिली संधी मला आयुष्यात मिळाली. तरीही कृतज्ञतापूर्वक आम्ही सर्वांनी मिळून त्या सापाच्या तोंडात पाच-सहा पैसे घातले आहेत."

"लाज नाही वाटत किडक्या कारकुंड्या! घे हे तुझे पैसे. विसरू नकोस की तूही एक साप आहेस."

"मी साप?"

"हो! तू साप! माझा तुला शाप आहे. माझ्या पोरासारखाच तूही एक दिवस चिरडला जाशील."

"नाही हो! मला असा शाप नको. मी गरीब आहे."

"साप तुझ्यापेक्षा गरीब असतो.. साऽऽ प हो ऽऽऽ!"

"साऽ साऽऽ साऽऽऽप!"

मी जोरात ओरडलो. सौ. नं घाबरून लाईट लावला.

"काय हो! किती जोरात ओरडलात!"

"काय भयानक स्वप्न पडलं. घशाला कोरड पडलीय माझ्या."

"पाणी प्या थोडं. तरी मी नेहमी सांगतेय की झोपण्यापूर्वी भरपूर पाणी घ्यावं म्हणून."

"सापबिप तर नाही ना कुठं?"

"आता कुठला साप! सकाळी तर तुम्हीच मारला." ती कूस वळवून डोईवर पांघरूण घेऊन झोपली.

दिव्याच्या उजेडात मी सर्व खोलीभर नजर टाकली. काहीही नव्हतं... पण उशाला पैसे चमकले.

"अरे बापरे!"मी चमकलो. त्या पैशाला कुणाची तरी ओली लाळ लागल्याचा भास झाला. मी निरखून पाहिलं. पण तसं काही नव्हतं. मग माझ्या लक्षात आलं की रात्री झोपताना ते पैसे मीच विजारीच्या खिशातून काढून ठेवले होते. ते उचलून लांब कपाटात ठेवले नि दार बंद केलं.

सकाळी उठलो तेव्हा कुणीतरी आपले प्राणच काढून नेले आहेत, असं वाटलं. तोंडाची चव गेल्यागत झालं.

ऑफिसमध्ये कामात लक्ष लागेना. हाता-पायांतली शक्तीच गेली होती... गणपुल्यानं पुन्हा आज त्रास दिला. कारण नसताना टाँट मारून मला डिवचलं. लेकाचा राऊत,प्यून असूनही 'तुमच्या फायली न्यायचं काम आपलं न्हाई,' म्हणाला. मलाच त्या फायली घेऊन जावं लागलं. शेळक्याच्या दृष्टीनं मी मेलो तर बरंच आहे. त्रासानं बघावं तसं नेहमी माझ्याकडं बघतोय भडवा!... लंचअवर.

सगळं ऑफिस मोकळं... सेंट्रल गव्हर्न्मेंटची धिप्पाड काळी दगडी इमारत ही. पाचवा मजला. किती उंच येऊन आपण बसलो आहोत. सगळ्या खुर्च्या, टेबलं मोकळी. एकही माणूस नाही. किती भयानक! उठायलाही हातापायांत बळ नाही. डबा इथंच खाऊन घ्यावा.

.. आता कुणात मिसळायलाच नको. इथंच विश्रांती घ्यायची. पेकाटातली शक्ती आज अशी कशी गेली? सालं, सापाला आपण उगीचच मारलं. तसा तो गरीब जीव असतो. पण त्याच्या नशिबी असलं मरण येतं हे खरं. काही असलं तरी दुसऱ्या कुणी तो मारला असता तर बरं झालं असतं. रात्री किती भयानक स्वप्न पडलं. आपण आपली ढेकणं-डास-चिलटंच मारावीत. जन्मजात कारकुनाला एवढंच

जमण्यासारखं आहे.

...आतापर्यंत मारलेले जगातले साप जिवंत झाले तर काय होईल? माझ्यावर धावून येतील ते. सगळीकडे सापच साप. माणसाला पाय ठेवायला जागा नाही. खुर्चीखाली साप, खुर्चीवर साप, टेबलावर, टेबलाखाली... पाय ठेवीन तिथं सापच साप. खुर्च्या-टेबलांचे पाय सापांचेच केलेले. सापांच्या फायली, सापांच्या रिबिन्स सापांच्या वायरी.

...मीही एक साप होऊनच जगेन मग. मला शाप आहे. मला गरीब निर्विष सापाचं मुंडकं आहे. म्हणूनच मला जातायेता ऑफिसातले सगळे साले ठेचण्याचा प्रयत्न करतात... हे कोण? हा गणपुले, पाटणकर, माने, शेळके, घोडकेसाहेब. सगळे हातात दोन दोन काठ्या घेऊन शिरले आहेत. सगळ्यांचे डोळे माझ्यावर.

"अरे सापा, इथं बसलायस काय!"

शेळक्यानं माझ्या डोईवर काठी रुतवली आहे. जास्त जास्त रुतवत चालला आहे.

"मर बेट्या, मर!"

"मेलो मेलो! सोडा मला."

ताडकन दुपारच्या जेवणाची गुंगी गेली. हातांचे गरीब वेटोळे टेबलावर घालून नि डोकं त्यात घेऊन मी तसाच ढिल्या अंगानं लवंडलो होतो. शेळके पाटणकरांबरोबर बोलत, घोड्यासारखं खेकाळ हास्य करत आत येत होता. घोडकेसाहेब गरुडाच्या पंखासारख्या जाड वूलनच्या कोटाच्या त्याला सारत चेंबरमध्ये शिरला... साला, हा तर आपलं काळीज पारच खाऊन टाकतो.

दोनच मिनिटांत त्यानं मला हाक मारली

उठता उठता पुन्हा एकदा मनात विचार आला. साला, आपण सकाळी साप मारायला नको होता... खांदे पाडून मी उंदरासारखा साहेबाच्या केबिनमध्ये शिरलो.

बेलदाराची गाढवं

कोणे एके काळी 'भारत' नावाच्या देशात अनेक राज्ये होती. ही राज्ये गुण्यागोविंदानं एकत्र नांदण्यासाठी 'लोकशाही' नावाची एक नवी राज्यपद्धती आणि नवी जीवनमूल्यं आणली गेली. अनेक धर्म, पंथ, जाती, जमाती, रूढी-रिवाज, चालीरीती इत्यादी अनेक प्रकारची विषमता असलेल्या त्या विचित्र देशात 'समता' नावाचं एक मूल्य लोकांना फार प्रिय झालं. त्या मूल्यासाठी नवे कायदे केले, नवं शिक्षण आलं, नवी न्यायालयं स्थापन केली, नवे वकील आले, नवे न्यायाधीश आले, नवी पिढी आली.

नवी न्यायालयं आली, तसे नवे वशिले आले. नवे वकील आले. तशी नवी भांडणं आली. नवे कायदे आले, तशा नव्या पळवाटा आल्या. नवी पिढी आली, तशी नवी डोकी आली. नव्या डोक्यात नव्या विचारांची जाती फिरू लागली. त्या जात्यांतून नव्या मूल्यांचं पीठ पडू लागलं. या पिठाची टेस्टदार भजी करता येऊ लागली. समतेची भजी ही सगळ्यात खमंग भजी म्हणून प्रसिद्ध झाली. रोज सकाळी ती ताजी ताजी वर्तमानपत्रांच्या पुडक्यात बांधून मिळू लागली.

पूर्वी त्यांची हॉटेलं होती; पण नंतर त्यांचे अनेक कारखाने सुरू झाले. त्यामुळं औद्योगिक विकास झाला. घोळक्या घोळक्यानं लोक ही भजी खाऊ लागले या घोळक्यांनाही सभा, संमेलनं, शिबिरं, सेमिनार अशी 'सऽऽ सऽऽ' करायला लावणारी नवी नावं दिली जाऊ लागली. शहराशहरातून या भज्यांचं रसग्रहण विद्वान मंडळी करू लागली. त्यांचा रस पुस्तकांच्या पानापानावर मधाप्रमाणे गळू लागला. त्यांच्या भोवतीनं रसिक माशा घोंगावू लागल्या.

अशा वेळी गायगाव खेड्यात एक चमत्कार झाला. खंडोजी नावाचा एक पाटील त्या खेड्यात राहत होता. त्याला प्रथम पाचही कन्याच झाल्या. मग खूप धडपड करून करून एकुलता एक मुलगा झाला. त्याचं नाव त्यांनी वसंतराव ठेवलं. या पंचकन्या योग्य ठिकाणी लग्न होऊन गेल्या होत्या. वसंतरावांना नव्या पिढीचं

शिक्षण द्यावं म्हणून पाटलांनी एक फार सनातन परंपरा मोडून काढली आणि वसंतरावांना सातवीच्याही पुढं शिकण्यासाठी शहरगावी पाठवलं. नऊ-दहा वर्षं शहरात शिक्षण घेऊन वसंतराव पुरते नवे झाले. एलएल. बी. ची पदवी घेऊन परत आले. पाटलांच्या घराण्यात ती पहिलीच पदवी होती. त्यामुळं गावानं त्यांचा सत्कार केला. हत्तीवरून साखर, लाडू वाटले. सुवासिनींनी पंचारती घेऊन त्यांना ओवाळलं.

पण वर्षभरात वसंतरावांना आपल्या गावाचा कंटाळा आला. मग बाहेर तरी जाणार कुठं? वतनावरच त्यांना आयुष्य काढणं जरूर होतं. मग काही तरी दिवसभरात करमणूक असावी म्हणून त्यांनी लग्नाचा बेत जाहीर केला. त्यांच्या मातापित्यांना ही बातमी ऐकून अत्यानंद झाला. त्यांनी लगेच गावोगावी दवंडी पिटून वसंतरावांच्या विवाहेच्छेची वार्ता सांगितली.

वासरवाडीच्या पाटलांच्या कानावर ही बातमी होती. त्यांना गौरा आणि गंगा नावाच्या दोन सुंदर मुली होत्या. त्या आवळ्याजावळ्या मुली होत्या. त्या दोन्ही उपवर असून लग्नाला आल्या होत्या. वासरवाडीच्या पाटलांनी वसंतरावांची नवलाई ऐकली नि चौकशीला जाण्याची तयारी केली. सरळ उठून गायगावला गेले. प्रथम बाहेरून बाहेरून चौकशी केली. वसंतरावांना मळ्यातनं हलत-डुलत येताना डोळे भरून पाहिलं. त्यांना समाधान वाटलं. मुलगा राजबिंडा, उंचापुरा आणि गव्हाळ रंगावर गोरा होता. त्याला जावई म्हणून मनात पक्का केला. 'पोरगा पाटील असूनबी शिकलाय. शेरगावात नऊ-धा वर्सं ऱ्हाऊन कायदेवाला झालाय. देखणा पन हाय. तवा कायबी झालं तरी सोयरीक जमवायचीच,' असा मनाचा निश्चय केला.

परत येऊन त्यांनी आपल्या पाटलीणबाईची एकान्तात भेट घेतली. आपला बेत सांगितला.

त्यावर पाटलीणबाईंनी कूट प्रश्न टाकला. "ते खरं, पर कंचीचं लगीन आदी करायचं न कंची मागं ठेवायची?"

"तू म्हणशील तिचं लगीन आदी करू."

"गंगाच्या आदूगर अर्धा घटका गौरा जलमलीया. तवा ती थोरली मानावी नि तिचंच लगीन आदूगर करावं."

पाटलीणबाईनीच प्रश्न सोडवल्यामुळे पाटलाला आनंद झाला. तरी त्यांनी खुंटा हलवून बघून गच्च करावा म्हणून विचारलं, "नक्की अर्धा घटका गौरा आदूगर जलमलीया न्हवं?"

"योऽबया!" पाटलीणबाई लाजली." आता तुम्हास्नी ठावं का मला ठावं?"

"तसं न्हवं. गौरा जरा बारीक दिसती. तिच्यापक्षी गंगा जरा फुप्सी दिसती म्हणून इचारलं."

"आता फुप्सं नि बारकं हे का आपल्या हातात हाय व्हय? ते देवाच्या हातात.

गौरा कमी खाती, हलपिलीपणानं कामं करती, म्हणून जरा हुबी, सडपातळ, बारीक बांध्याची ऱ्हायली. गंगा जरा मायंदाळ खाती नि कामाला हलत न्हाई, म्हणून जरा आडवी, फुप्शा बांध्याची झाली, त्येला आता कोण काय करणार?''

''एवढंच न्हवं? मग गौराचा बार आदी उडवून देऊ.'' पाटलांनी गौराचं लग्न अगोदर करायचं ठरवलं.

दुसऱ्या दिवशी सकाळी त्यांनी निरशा दुधाचा चहा पिता पिता आपल्या दोन्ही मुलींना समोर बसवून पाटलीणबाईच्या देखत ही सुवार्ता सांगितली. मुलगा कसा देखणा आहे, शिकलेला आहे हे सांगितलं. मुहूर्त काढून आपण आता गायगावाला बोलणी काढायला जाणार, हेही सांगून टाकलं.

बापानं वसंतरावांचं केलेलं वर्णन ऐकून गंगाच्या तोंडाला पाणी सुटलं. तिला वाटलं, हा नवरा आपल्याला मिळावा. पण हे मनातलं ती पटकन कुणाजवळ बोलली नाही. तिची आई कधी तरी बोलता बोलता बोलली होती, की, गौरा गंगापेक्षा अर्ध्या घटकेनं थोरली आहे. ते तिच्या ध्यानात होतं. तरी ती अन्नपाणी सोडून देऊन दोन दिवस विचार करत देवघरात देवापाशी एकटीच बसली. देवाला तिची भक्ती पाहून दया आली. तो तिच्या मनात शिरला आणि तिला चांगले विचार सुचू लागले.

तिसऱ्या दिवशी उठून ती आईजवळ गेली आणि तिला म्हणाली, ''आई, गौरीच लगीन आदी का आणि माझं लगीन मागनं का?''

''लेकी, तू धाकली नि गौराई थोरली हाय. म्हणून तर ती गौराई नि तू गंगाई. गौराईचा मान पैला नि गंगाईचा दुसरा.''

''तो का?''

लेकीनं असं विचारल्यावर तिला पाटलीणबाईनी मग शंकर-पार्वतीची गोष्ट सांगितली. शंकराची थोरली बायको पार्वती म्हणजे गौरी आणि धाकटी बायको गंगा. म्हणून गौरा आधीची नि गंगा नंतरची. ते ऐकून गंगाच्या मनात भलताच प्रकाश पडला. ती म्हणाली, ''कोण म्हणतं ती थोरली नि मी धाकली म्हणून?''

आई समजुतीनं म्हणाली, ''मी म्हणती. तुमचा जलम मी माझ्या डोळ्यांनी बघिटलाय.''

''आता माझ्या जन्माचं मला ठावं का तुला ठावं?'' गंगा म्हणाली.

''मलाच ठावं. तुला त्या वक्ताला कळत न्हवतं. गौराई आदी जलमली ते मी माझ्या डोळ्यांनी बघिटलंय. तू मागनं जलमलीस.''

''ते खरं गं. पर तुझ्या पोटात माझा गर्भ पैला ऱ्हायला. गौरीचा गर्भ मागनं ऱ्हायला. म्हणून ती गर्भाच्या पिशवीच्या तोंडाला पैली ऱ्हायली नि मी तिच्या मागं ऱ्हायली. आता जलमताना तीच पैली फुडं येणार. मी आदी आत गेल्यावर मागंच ऱ्हाणार, म्हणून गर्भानं मी थोरली; ती मागली. म्हणून तर देवानं मला तिच्यापेक्षा

जरा जास्तच पोसली. एवढंबी तुला कसं कळलं न्हाई?''

खुळीभोळी आई गडबडून गेली. जगात आलेली गौरा पहिली असली तरी गर्भात आधी गेलेली गंगा थोरली मानायला पाहिजे, हे तिला खरं वाटलं.

ती म्हणाली, ''लेकी, तू म्हणतीस तेबी काय खोटं न्हाई. मी त्यास्नीच इचारून बघती.''

''तू कायबी इचारलंस तरी ह्यात काय खोटं पडणार न्हाई नि मी काय माझं लगीन आदी केल्याबिगर सोडणार न्हाई'' असं म्हणून गंगा ठसक्यानं उठून गेली.

आईला कोडं पडल्यागत झालं. तिनं ते पाटलांच्या पुढं मांडलं. ते बघून पाटीलही बुचकळ्यात पडले.

''आता कोण थोरलं नि कोण धाकलं, हे देवालाच ठावं. आपून हे देवालाच साकडं घालू गायगावच्या पाटलाला ही आवळ्याजावळ्याची कहाणी सांगू, दोन्हीबी पोरी दाखवू; त्यांतली जी पसंत पडंल तिच्यासंगं पाटलाचं पोरगं लगीन करंल. म्हंजे आपल्यावरची बल्ला जाईल आणि लेकींची समजूतबी पटंल.''

पाटलांचा हा विचार सगळ्या घरादाराला पसंत पडला. दोन्ही पोरींच्या सौंदर्याची कसोटी लागणार होती. मुहूर्त काढून पाटील गायगावला गेले. पोरी पाहण्याच्या कार्यक्रमाचा दिवस नक्की करून आले.

ठरल्या दिवशी गायगावची मंडळी वसंतरावांना घेऊन पोरी पाहण्यास येणार होती. पाटलांनी सगळा वाडा आडवाउभा सारवून घेतला. बसायचे पाट रंगवून घेतले. नगराला जाऊन मुलींच्या पसंतीनं दोन पैठण्या आणल्या. नव्या कपबशा, लवंग, वेलदोडे, पडदे, पोस खरेदी केले. दारात असावा म्हणून मेव्हण्याचा घोडा तीन दिवसांसाठी मागून आणला.

ठरल्या दिवशी मुली पाहण्याचा कार्यक्रम मोठ्या थाटात झाला. पंक्ती पडल्या. खाणंपिणं झालं. एक दिवस वस्ती करून मंडळी जायला निघाली. 'दोन-तीन दिवसांत निरोप पाठवून देतो' म्हणून सगळी उठली.

परतीच्या वाटेवर वसंतरावांचं मन गोंधळून गेलं. कोणती मुलगी पसंत करावी याचं कोडं आता त्यांना पडलं. दोन्हीही मुली सुंदर. एक थोडी शेवडी तर दुसरी थोडी अंगापिंडानं नेटकी वाटणारी. त्यामुळं दोघींचंही सौदर्य थोडं वेगळं तरी तितकंच मोहक. एकीशी लग्न करावं तर दुसरीचा वेगळेपणा आपण गमावणार, असं वसंतरावांना वाटू लागलं.

तीन तास प्रवास झाला तरी वसंतराव अबोलच. त्यांच्या माता-पित्यांना काळजी वाटू लागली. 'प्रवासात कुणीच दुसऱ्याला पसंतीविषयी काही विचारायचं नाही, आपल्यापुरता विचार करायचा आणि वाड्यात गेल्यावरच बोलणी करायची' अशी सूचना पाटलांनी गाडीत चढताना सगळ्यांना दिली होती. त्यामुळं प्रवासात सगळे

मुकाट बसलेले. इकडतिकडचे विषय निघत होते. मनोरंजनासाठी राजाराणीच्या गोष्टी एकमेकाला सांगितल्या जात होत्या.

सगळे वाड्यात आले. हातपाय धुऊन जेवणं केली. विश्रांती झाली. देवासमोर उदबत्त्या लावल्या आणि बोलण्याला तोड फुटलं. देवघरासमोरच्या माजघरात बोलणी सुरू झाली.

वसंतराव म्हणाले, ''आबा, मी तर पुरता गोंधळून गेलोय. एकीला दडवावी आणि दुसरीला काढावी, अशा दोन्ही पोरी देखण्या आहेत.''

पाटलीणबाई म्हणाल्या, ''मलाबी तसंच वाटलं.''

''आगं, आवळ्याजावळ्या पोरी. एकीला दडवून दुसरी काढली तरी पैली कोणची नि दुसरी कोणची हे तरी कळणार कसं? आणि आता आपूण एखादी पसंत केली, तर 'हीच' पसंत केली हुती; हे तरी म्हैन्याभरानं कळणार कसं?'' पाटलांनी आणखी गोंधळ उडवणारा विचार मांडला.

पण आबाच्या आणि आईच्या मनाचा कल लक्षात घेऊन वसंतराव आणखी मोकळेपणानं बोलू लागले, ''मला तर त्या दोन्हीबी पोरी पसंत हायेत.''

पाटील ताडदिशी म्हणाले, ''माझ्या अगदी मनातलं बोललास, राजा. एक पद्मिनी दुसरी सरस्वती हाय. साऱ्या दुनियेत हुडकाय गेलं तर अशा पोरी मिळायच्या न्हाईत. आपलीबी परंपरा पाटलाची हाय. एका गड्याला तीन-चार बायका असं वाडवडलार्जित चालत आलेलं हाय. माझ्या दोनच झाल्या. निदान ती तरी परंपरा तू फुडं चालू ठेवावीस असं मलाबी वाटतंय. मी तुला कसं बोलायचं, तू शिकला-सवरलेला, नवं कायदं जाणणारा पोरगा म्हणून बिचकत हुतो. पर आता तू तर मनातलंच बोललास. काय गं? तुला कसं वाटतंय?'' पाटलीणबाईकडं बघत पाटील म्हणाले.

''आता मला काय वाटायचं? एकुलता एक ल्योक. तरी एकीला दोन सुना माझ्या हाताबुडी आल्या तर मलाबी वाडा भरल्यागत वाटंल'' त्या किंचित लाजल्या.

''म्हंजे एकदम दोन पोरींशी लगीन?'' वसंतरावांनी प्रतिप्रश्न केला.

''हां! वाड्याला आणि तुलाबी सोबूनच दिसणार हाय ते.''

''छे छे! आबा! काय तरीच काय बोलताय. नवं कायदं झाल्यात. एका नवऱ्याला एकच बायको आणि एका बायकोला एकच नवरा, असं कायदं हायेत. न्हाई तर दंड, तुरुंगवास, सक्तमजुरी अशा शिक्षा हायेत.''

''आता पोरा, ते आम्हाला काय ठावं? तू कायद्याची बुकं वाचलाईस. तुलाच ते ठावं. मी आपली पाटलाच्या घराण्याची परंपरा सांगिटली. आपलं सरकार काय जाती- धर्माच्या परंपरा पाळू नका म्हणतंय काय? मग देश सोतंतर झाला कशाला? मी आपलं सरळच इचारतो.''

"ते खरं हाये आबा. पर लोकशाहीत सगळ्यांना समान कायदा हाये. तिथं पाटील, रयत, गरीब, श्रीमंत असा भेदभाव न्हाई."

"ते आता कायद्याचं तुझं तू बघ. अर्धा वकील हाईस. तुझी तूच वाट काढ. लई तर एक दीस इचार कर नि मला सांग." एवढं बोलून पाटील बाहेर आलेल्या ग्रामसेवकाला भेटायला म्हणून उठले.

त्या दिवशीची बोलणी तिथंच थांबली.

वसंतरावांच्या मनातला खानदान पाटील एकान्तात जागा झाला. आपल्या खानदानाची जपणूक करण्याचं स्वातंत्र्य कसं अबाधित राहील, याचा तेही विचार करू लागले. शहरात अनेक दिवस काढल्यामुळं कायद्याच्या अभ्यासाबरोबर कायद्यातल्या पळवाटांचीही परीक्षा ते पास झाले होते. वर्तमानपत्रातून, कोर्टात प्रत्यक्ष हजर राहून यांनी अनेक कायद्यांची पायमल्ली कशी करता येते, हेही पाहिलं होतं. मुख्य म्हणजे कायद्याचा मूर्खपणा त्यांच्या लक्षात आला होता.

त्यांनी दोन दिवस दोन रात्री द्विभार्या प्रतिबंधक कायद्याचा अभ्यास केला. शब्दरचना, वाक्यरचना, कलमं, उपकलमं बारकाईनं अभ्यासली. खूप काही सापडत गेलं आणि त्यांच्यातल्या जुन्या रक्तानं निर्णय जाहीर करून टाकला." आबा, दोन्हीबी पोरीसंगं लगीन करणार."

"शाब्बास रं माझ्या वाघा. एकाच मांडवात एका बोहल्यावर बार उडवून देऊ."

"पुढच्या महिन्यातच लगीन करायचं. तुम्ही त्या वासरवाडीच्या पाटलास्नी काय सांगायचं ते सांगा."

"त्येची तू काळजी करू नगं; त्यो एका पायावर तयार हुईल. त्येला कुठलं असलं कायदं नि कानू ठावं हाईत? जुना माणूस त्यो. 'गांधी म्हाराजांचंच अजून राज्य हाय' म्हणतोय. शिवाय माझ्यावाणी घराण्याचा आब राखणारा पाटील हाय त्यो... आणि एवढंबी झालंच तर पाटील त्यो गावचा राजा असतो. त्यो करंल त्यो कायदा आणि म्हणंल ते सत्य असतं... पर तू तुझी कंबर चांगली खसलीयास न्हवं?"

"माझा मी भक्कम हाये. माझी काळजी करू नका. पर तुम्ही गावचं पाटील हाईसा, तुम्हावर जास्त जबाबदारी हाये; म्हणून काळजी वाटती."

"माझी काळजी तू करू नगं. समदं कायदं मी खिशात घालून जलम काढलाय. गावच्या पाटलाचं कोण वाकडं करणार हाय?"

सगळ्या घरादारानं कंबर कसली नि खंडोजी पाटलानं आपल्या पोराच्या लग्नाचा बार एका मांडवात दोन आवळ्याजावळ्या पोरींशी उडवून दिला. पाटलाच्या इभ्रतीप्रमाणं सहस्त्रभोजन घातलं. सगळ्या तालुक्यातनं ही बातमी विजेच्या दिव्यासारखी एकदम पसरली.

तालुक्याला लिंबाजी देशमुख नावाचा एक कडक फौजदार नुकताच बदलून आला होता. तो देशमुख असला तरी 'लुच्चा' नावाच्या आदिवासी समाजातून स्वतःच्या हिमतीवर सरकारी मदतीनं शिक्षण घेऊन पुढं आला होता. त्याचं पूर्वीचं आडनाव चमत्कारिक होतं. त्या नावावरनं तो मागास जातीतला आहे, हे चटकन लक्षात येत होतं. जातीवरनं मागासपणा, पुढारलेपणा ठरवण्याची प्रतिगामी वृत्ती देशात अजून मूळ धरून होती. तिचा फायदा कुणालाच होऊ नये आणि आपणाला फक्त व्हावा, म्हणून त्यांनी 'देशमुख' हे खानदानी नाव धारण केलं होतं. सरकारकडून फायदे, प्रमोशन उकळताना तो मी आदिवासी म्हणून सांगे आणि समाजात वावरताना प्रसंग पडेल त्याप्रमाणं ब्राह्मण किंवा मराठा म्हणून सांगे. त्यामुळे ब्राह्मणांना वाटे तो आपला आहे आणि मराठ्यांनाही वाटे 'आपला माणूस हाये.'

त्याच्या आदिवासी जमातीत एक खानदानी परंपरा होती. पुराण काळातील गंधर्व कुळाशी ही जात आपला संबंध सांगत असे. 'लुच्चा' हा 'गंधर्व' शब्दापासूनच अपभ्रंश होऊन निर्माण झालेला आहे, असं त्यांचं म्हणणं. गंधर्व-गंधअ-गध्धअ-गध्धा अशी रूपे होत होत पुढं 'गध्धा'चे मिसप्रिंट लिपीत 'गच्चा' असं झालं. आणि पुढं विद्वानांच्या चर्चेत 'गच्चा' नसून ते 'लुच्चा' आहे, असं व्युत्पत्तीशास्त्रात घालण्यासाठी सिद्ध केलं. तीच ही लुच्चा जात. या जातीतील लोक जंगली वाद्यांच्या तालावर खड्या पहाडी आवाजात गाणी म्हणत हिंडत असत. त्यांचा गळा फार गोड असे. त्यांच्या गाण्याला भुलून स्वर्गात एकदा एक अप्सरा इंद्राच्या दरबारातल्या गंधर्वप्रमुखावर आसक्त झाली. त्याच्याबरोबर पळून जाऊन तिनं लग्न केलं. ही बातमी इंद्राला कळताच त्यानं त्या सर्व गंधर्व जमातीला शाप दिला, की तुम्ही सर्व जण पृथ्वीवर रानावनातून आजन्म भटकत राहाल. तुमची लग्नं मुली पळवून आणूनच तुम्हाला करावी लागतील. तेव्हापासनं ही गंधर्व जमात पृथ्वीवर रानावनात पोटासाठी भटकू लागली. दुसऱ्यांच्या मुली पळवून आणून पुरुषांची लग्नं करू लागली. सोळा हजार आठ बायका असलेला श्रीकृष्ण हे ह्यांचं मूळ दैवत. त्यांच्या मते कृष्णान या सगळ्या स्त्रिया पळवून आणूनच त्यांच्याशी लग्नं लावली होती- त्यामुळं तो 'पूर्ण पुरुष' ठरला. रुक्मिणी हरणाची कथा ही त्याच्या याच वृत्तीचं प्रतीक आहे, अशी यांची श्रद्धा. तेव्हापासनं मुलीला पळवून आणून केलेल्या लग्नाला 'गांधर्व विवाह' असं नावही रूढ झालं. यांच्या जमातीतच पुढं बाल गंधर्व, कुमार गंधर्व, सुमार गंधर्व, सवाई गंधर्व, वृद्ध गंधर्व, जख्ख गंधर्व असे एकापेक्षा एक श्रेष्ठ गायक होऊन गेले. तेही महाराष्ट्रभर भटकूनच गाणी म्हणत आणि पोट भरत असत.

फौजदार देशमुखांनी या जमातीच्या परंपरा निष्ठेनं पाळल्या होत्या. परेडच्या वेळी ऑर्डरी देताना त्यांचा गळा कमावलेला आणि पहाडी आहे याची कल्पना येत

होती. गुन्हेगारीतील आरोपी रिमांडवर असताना फौजदारसाहेब अस्सल आदिवासी आहेत याचा पुनःपुन्हा प्रत्यय आरोपीला येत असे.

त्यांची जी दुसरी पत्नी होती ती ब्राह्मण जमातीतली होती. तिच्याशी त्यांनी गांधर्व विवाह केला होता. फौजदारसाहेबांचं पहिलं लग्न बाराव्या वर्षीच झालं होतं. लुटूपुटूच्या लढाईत त्यांनी एका आदिवासी मुलीला पळवून आणलं, तशी तिच्याशीच त्यांना लग्न लावावं लागलं. त्यांच्या माता-पित्यांनीही ते मोठ्या हौसेनं केलं.

पण फौजदारसाहेबांना फौजदार झाल्यावर चार मुलाबाळांची ती आदिवासी बायको आवडेनाशी झाली. जणू एखाद्या आदिवासी स्त्रीसारखीच ती अजूनही काळी दिसत होती. एवढी फौजदाराची बायको झाली, पण फौजदाराच्या बायकोसारखो ती नट्टापट्टा करत नसे. केसात फुलांची वेणी घालत नसे की मॅक्सी घालून नाइटला बेडवर येत नसे. तिच्या सगळ्या सवयी आदिवासी जमातीतीलच राहिलेल्या आणि फौजदारसाहेब तर आता फौजदार जमातीत सामील झालेले. या कारणामुळं त्यांनी तिला आदिवासी समाजातच मुलाबाळांसह सुखरूप नेऊन सोडून दिलं. त्यामुळं एखादा पकडून आणलेला जंगलातला मुका प्राणी पुन्हा जंगलात नेऊन एखाद्यानं सोडावा आणि जीवदानाचं पुण्य मिळवावं, तसं पुण्य फौजदार साहेबांनाही मिळालं. ते एकटेच फौजदारकीची नोकरी करू लागले.

साक्री तालुक्यात असताना एका गरीब ब्राह्मणाच्या घरगुती खानावळीत ते जेवत असत. तेथे तो ब्राह्मण, त्याची पत्नी आणि त्यांची एकुलती एक मुलगी खानावळ चालवत असे. ही मुलगी पुणे विद्यापीठाची एम. ए. ची परीक्षा पास झाली होती; तरी तिला शहरात कुठंच नोकरी मिळत नव्हती. शेवटी कंटाळून ती विचारपूर्वक फौजदारसाहेबांच्या प्रेमात पडली. तिला वाटलं की हा ब्राह्मणच असावा. म्हणून तिनं आई-वडिलांच्या परवानगीनं पळून जाण्याचं नक्की केलं. पळून जाऊन तिनं फौजदाराशी लग्न केलं; त्यामुळं आई-वडिलांना कुठलाच लग्नखर्च करावा लागला नाही. मात्र त्यांनी एक दिवस खानावळीच्या मेंबरांना जेवण मोफत दिलं.

सहा महिन्यांतच तिला कळलं की फौजदाराचं पहिलं लग्न झालं आहे. फौजदार साहेबांकडं अचानक त्यांच्या भागाची माणसं काही कामासाठी आली होती. पण फौजदार साहेब घरी नव्हते. कामासाठी परगावी गेले होते. अशा वेळी फौजदारीणबाईंची नि आलेल्या पाहुण्यांची बोलणी होता होता फौजदारीणबाईंना ही वस्तुस्थिती कळली.

पण फौजदार साहेबांनीही रजिस्टर लग्न करून घेतानाच मनाशी गाठ बांधली होती की, कधी तरी आपलं पहिलं लग्न आणि हे मूळ जातीचं लफडं आपल्या दुसऱ्या बायकोला कळणार. तेव्हा आपण कसं तोंड द्यायचं, हे त्यांनी पूर्वीच मनाशी ठरवून टाकलं होतं.

दोन दिवस राहून पाहुणे मंडळी निघून गेली. संध्याकाळी परत येणारे फौजदार

दोन दिवस आले नाहीत; ते कधी येतील याचा नेम नाही; असं ऑफिसात कळल्यावर पाहुणे निघून गेले. ते गेल्यावर दुसऱ्या दिवशी संध्याकाळी फौजदारसाहेब परत आले.

फौजदारीणबाईंनी जेवणं झाल्यावर रागारागानं विषय काढला- "तुम्ही मला फसवलंय! काय वाट्टेल त्या थापा मारून माझ्याशी लग्न केलंय. तुमचं पहिलं लग्न झालंय. त्या बायकोला तुम्ही घटस्फोट न देता माझ्याशी दुसरं लग्न केलंय. तुम्ही हे मला अगोदर का नाही सांगितलं?"

फौजदारसाहेब सगळा नूर पाहून दमात म्हणाले, "त्यात काय सांगायचं? प्रेम करताना तू तरी मला कुठं सांगितलं होतंस की तुझं पहिलं लग्न झालं नाही म्हणून. चांगली दोन लग्नं होऊन गेली असती एवढं तुझं वय वाढलं होतं की त्या वेळी. शिवाय लग्न करून मी तुला नांदवत नाही, असं थोडंच आहे?"

"तुम्हाला माहिती आहे का, 'पहिली बायको असतना दुसरं लग्न करणं' कायद्यानं गुन्हा आहे ते?"

"तू मला फौजदाराला कायदा शिकवतेस? कायदा फौजदाराचं काही वाकडं करू शकत नाही. कायदा माझ्या हातात आहे. देशातील पोलीस, फौजदार, कमिशनर यांना वगळून कायद्याचा वापर करायचा असतो. दुसरं लग्न केलं म्हणून तुला काय कमी पडलं नाही नव्ह? मग कशाला उगंच खुडूक कोंबडीगत कुरकुरतीस?"

"तुम्ही ब्राह्मण नाही, हे लग्नापूर्वी मला का सांगितलं नाही?"

"तू एवढी शिकलेली. मला वाटलं, तू जातपात मानत नसशील. माझ्यापुरता मी जातपात मानत नाही. सगळ्या जाती मला समान. समतेचं मूल्य मानणारा मी इसम आहे."

"माझं वाट्टोळं केलं तुम्ही!"

"चूप! काय वाट्टोळं केलं ग एऽटवळे? चांगला फौजदार नवरा मिळाला.

खानावळीत भाकरी बडवत बसली होतीस कुबट खोलीत. आता चांगलं बंगल्यात राहायला मिळू लागलंय, हे का वाट्टोळं झालं? नोकरी मिळत नव्हती म्हणून पडली होतीस शिळ्या मुरवणासारखी आंबट होऊन. आता मी मेलो तरी माझ्या जातीच्या जिवावर कुठंही सरकारी नोकरी हात जोडून उभी राहील. पूर्वी भट-ब्राह्मणांना फायदे होते ते आता आमच्या जमातीला स्पेशल म्हणून ठेवलेत. उगंच घमेंडीत जाऊ नकोस. ब्राह्मण होऊन मेणचट खुराड्यात जगण्यापेक्षा आदिवासी होऊन बंगल्यात सुख भोगतीस, हे काय वंगाळ आहे होय?" ...शेळी होऊन शंभर दिवस जगण्यापेक्षा वाघ होऊन दहा दिवस जगण्यात आयुष्याचं सार्थक आहे; या म्हणीच्या चालीवर त्यांनी तिला शहाणपण सांगितलं.

फौजदारीणबाई तेव्हापासून मुकाट्यानं वाघीण होऊन संसार करू लागल्या. या

फौजदारीणबाईंना घेऊनच लिंबाजी देशमुख साक्रीहून भाकनेरी तालुक्याला बदली होऊन आले होते. तेव्हापासून फौजदारीणबाईही आपण त्यांची पहिलीच धर्मपत्नी असून आम्ही ब्राह्मण आहोत, असंच सांगत होत्या.

अशा या देशमुख फौजदारांना गायगावच्या खंडोजी पाटलाच्या घरची लग्नाची बातमी कळली आणि ते हरखून गेले. भारत देशाच्या कायद्यानुसार दोन बायका करणं हा दखलपात्र गुन्हा असल्यानं आणि तो प्रकार सगळ्या तालुक्याला माहिती झाल्यानं त्यांना गायगावच्या पाटलांना आणि त्यांच्या मुलाला वॉरंट काढून अटक करणं भाग होतं. सबंध तालुकाभर एकदम आपली जरब बसावी, आपण प्रत्यक्ष गावच्या पाटलालाही भीत नाही, हे दाखवून द्यावं, म्हणून ते तातडीनं उद्योगाला लागले.

गायगावच्या पाटलाच्या वाड्यासमोर एके दिवशी सकाळी दहा वाजताच देशमुख फौजदारांची जीप येऊन थडकली. वसंतराव नेहमीप्रमाणं प्रभात फेरीसाठी मळ्याकडं गेले होते, ते अजून परत आले नव्हते. रिवाजाप्रमाणे खंडोजी पाटील जीपला सामोरे गेले. गुन्ह्याचं स्वरूप कळल्यावर मात्र ते क्षणभर बुचकळ्यात पडले. असं एकाएकी वॉरंटच घेऊन फौजदारांनी यायला नको होतं, असं त्याना वाटलं. तरी पण त्यांनी फौजदारांना आपली परंपरा, रिवाज, रूढी वगैरे समजून सांगण्याचा प्रयत्न केला. त्यांच्या देखतच कोंबडीच्या जेवणाची ऑर्डर मोठ्यानं सोडली. शिवाय पाटलानं फौजदाराला, फौजदारानं पाटलाला, कसं सांभाळून घेतलं पाहिजे; हेही समजून देण्याचा प्रयत्न केला. पण देशमुख फौजदार काही दाद येईनात.

मळ्याकडची फेरी आटोपून वसंतराव परत आले. वसंतरावांना परस्पर बाजूला घेऊन, ही सगळी हकिगत पाटलांनी सांगितली. वसंतरावाचं तरुण रक्त संतापानं खवळलं. तशी त्यांनी दमात घ्यायचं ठरवलं.

झुलत झुलत ते दिवाणखान्यात आले.

"काय म्हणताय, फौजदारसाहेब?"

"वॉरंट घेऊन आलोय. कलम नंबर..."

"ते कळलं आम्हाला. पर आम्ही तो गुन्हाच केलेला न्हाई, तर वॉरंट लावून कसं घेणार?"

"तुम्ही दोन लग्नं केली."

"साफ झूट! लग्न एकच केलं."

"पण बायका दोन केल्या."

"तशी परंपरा हाये आमची."

"पण सरकारनं केलेल्या कायद्यानुसार एक बायको असताना दुसरी केली तर गुन्हा आहे."

"ते ठावं हाये मला. मी कायद्याची परीक्षा ताजी ताजी पास होऊन आलोय. एक बायको असताना मी दुसरी बायको केलीच न्हाई."

"मग?"

"दोन्ही एकदम केल्या."

"तो गुन्हा आहे."

"असं कुठंय कायद्यात, एक बायको असताना दुसरी केली तर गुन्हा. दोन बायका एकदम केल्या तर गुन्हा हाये, असं कुठं लिहिलंय कायद्यात?"

मग खूप वादावादी झाली.

फौजदारांना हा पेच नवीन होता. त्यांना हे कायद्याचं वर्डिंगबिर्डिंग काही माहिती नव्हतं. त्याला फाटा देऊन ते म्हणाले, "ते मला माहिती नाही आपल्या देशात द्विभार्या प्रतिबंधक कायदा आहे. द्विभार्या म्हणजे दोन बायका करणे; हा दखलपात्र गुन्हा आहे."

"तुम्ही म्हणताय तशा या दोन बायका न्हाईतच. त्या आवळ्याजावळ्या हायेत. जन्मताना त्या एकमेकीला चिकटूनच आल्या होत्या. एका नाळेवर पोसल्या होत्या एकाच गर्भाशयात एकदम वाढल्या होत्या. एकाच बाळंतपणात जन्मल्या होत्या. आता एकीचं डोसकं उठलं तर दुसरीचंही उठतं. एकीला सरदी झाली तर दुसरीच्या नाकाला शेंबूड येतो. तेव्हा ती एकच जोडबायको हाये असं समजा. जोडकांदा तुम्ही कधी बघितलाय काय? तसं हे प्रकरण हाये."

"ते मला माहिती नाही. तुमच्यावर वॉरंट बजावयाला मी आलोय."

"अहो, 'ते मला माहिती न्हाई, हे मला माहिती न्हाई' म्हणताय, तर मग तुम्ही फौजदार कसले? गुन्हा केला असेल तर अटक करा. नाहीतर कोर्टात केस घाला आमच्यावर. मी काय बघायचं ते बघून घेईन."

मग मात्र फौजदारसाहेब हतबुद्ध होऊन तालुक्याला तसेच निघून गेले. कूळ मोठं नाठाळ निघालं. पण जाताना, या पाटलाला नाही कोर्टात खेचला तर नावाचा फौजदार नव्हे; अशी घोर प्रतिज्ञा करून त्यांनी जीप वळवली.

लवकरच तालुक्याच्या मॅजिस्ट्रेटसमोर केस उभी राहिली. पण दोन बायकांशी एकदम लग्न केलं तर कोणत्या प्रकारची आणि किती शिक्षा द्यावयाची याची तरतूद कायद्यात नसल्यामुळे वसंतरावांना संशयाचा फायदा घेऊन सोडून देण्यात आलं.

शिवाय खंडोजी पाटलांची आणि मॅजिस्ट्रेट साहेबांची जुनी ओळख होती; त्यामुळेही न्यायनिवाडा नीटपणे झाला. देशमुख फौजदाराची समजूत काढण्याचा प्रयत्न झाला.

पण त्यांची समजूत काही निघू शकली नाही. त्यांनी जिल्ह्याच्या मॅजिस्ट्रेटसमोर खंडोजी पाटील आणि त्यांच्या मुलाला खेचलं. तिथं ईस्माईल युसूफ शेख हे

न्यायाधीश होते. तेच योग्य तो न्याय देतील, असं देशमुख फौजदारांनाही वाटलं.

शेखसाहेब मोठे प्रसिद्ध न्यायाधीश होते. मोठ्या निष्ठेनं ते न्यायदानाचं काम करीत असत. वयाची चौपन्न वर्षे ओलांडली होती; तरी त्यांच्या न्यायदानाविषयी कुणाला शंका किंवा संशय नव्हता. शेखसाहेब हे मराठवाड्यात खानदानासाठी प्रसिद्ध असलेल्या उस्मानाबाद जिल्ह्यातले. त्या भागात निजामाच्या कारकिर्दीत जी अनेक मुस्लिम खानदान घराणी उदयाला आली, त्यांतच त्यांच्याही घराण्याची खातरजमा होत असे. शेखसाहेबांचे खुद्द वडीलच हैदराबादच्या शेवटच्या निजामाच्या चुलत भावाचे मुख्य दिवाण म्हणून जनानखान्यावर काम करीत होते. त्यामुळं तेथील काही परंपरा त्यांच्याकडं चालत आल्या होत्या. न्यायाधीश असूनही मराठी भाषा अतिशय गोड, वागण्यात शिष्टाचारसंपन्नता असे. त्यांचा जिल्ह्याच्या ठिकाणीच एकावन्न खोल्यांचा वाडा होता. वाडा कसला तो, राजवाडाच होता. त्यांची प्रजा तिथं सुखानं राहत होती.

त्यांना चार धर्मपत्नी होत्या. त्यांच्या धार्मिक रीतिरिवाजाप्रमाणे त्यांना समतावादी लोकशाही भारत देशात चार बायका करण्याचं स्वातंत्र्य होतं. यात चारीही बायका कुलवान असल्यामुळे नेहमी झाकून ठेवल्या जात असत; म्हणजे त्या पडदानशीन असत. त्याही कुलवान असल्यामुळं बाहेर पडू शकत नसत. या चारही बायकांना मिळून एकोणीस गोजिरवाणी मुलं होती. समाजाला संततिनियमनाची अत्यंत गरज असली तरी मूल होऊ देणं हा ज्याचा त्याचा खासगी प्रश्न होता. कायद्यानं तो गुन्हा ठरत नव्हता. शिवाय देशात इतर धर्माच्या लोकांचं लोकसंख्येचं प्रमाण अतोनात होतं. त्यामुळं अल्पसंख्य जमातीवर नेहमी अन्याय होत होता. या अन्यायाचं परिमार्जन करायचं असेल तर एखाद्या धर्माची अल्पसंख्या वाढून त्याची बहुसंख्या करणं, हे राष्ट्रीय कर्तव्य होतं. निदान तुल्यबळ संख्या तरी झाली पाहिजे, अशी राष्ट्रीय भावना शेखसाहेबांच्या मनात होती. त्या भावनेनं ते आपल्या समाजात लोकजागृती करत होते. त्यांच्या समाजासमोर आपला आदर्श घालून देत होते.

अशा आदर्श न्यायाधीशासमोर खंडोजी पाटलांच्या वसंतरावांची केस उभी राहिली.

वसंतरावांनी दोन चांगले वकील दिले. शेखसाहेबांना इकडून तिकडून अनेक परीनी सांगण्याचा प्रयत्न केला; पण काही उपयोग झाला नाही.

न्यायाधीशसाहेबांनी वसंतरावांना दीड वर्षांची शिक्षा ठोठावली. या देशात स्त्रीजात ही अतिशय दुबळी राहिली आहे. तिला पुरुष हा मोलकरणीसारखी, एखाद्या भोग्य वस्तूसारखी वागवीत असतो. आपल्या इच्छेला येईल तेव्हा तो तिला निरुपयोगी कचऱ्याप्रमाणे रस्त्यावर फेकून देत असतो. त्या दुबळ्या अज्ञान जिवाला फसवून तिच्याशी लग्न करीत असतो. या देशात समतेचे राज्य झाले आहे. त्यामुळे

स्त्रीला पुरुषाबरोबरीचे हक्क मिळालेच पाहिजेत. या हेतूनेच द्विभार्या प्रतिबंधक कायदा आपल्या सरकारने केला आहे. या कायद्याचा हेतू लक्षात न घेता आरोपीने कायद्याच्या शब्दरचनेच्या आधारेच पळवाट काढून एकदम दोन बायकांशी लग्न केले आणि त्या अडाणी, दुबळ्या जिवाचा बळी घेतला. त्यामुळे भारतीय कायद्याचाच जाणूनबुजून घोर अपमान झाला आहे. हा माणूस चांगला सुशिक्षित आणि कायद्याचाच पदवीधर असल्यामुळे याला जास्तीत जास्त शिक्षा देण्यात येत आहे; अशा अर्थाचा निकाल वाचून दाखविण्यात आला.

असा निकाल देऊन शेखसाहेब प्रजासत्ताक भारतीय न्यायासनावरून उठले. निकाल ऐकून टाळ्यांचा कडकडाट झाला.

कोर्टाची वेळ संपली होती

बाहेर वसंतरावांना फौजदारसाहेबांनी जखडबंद केलं होतं. त्यांना दीड वर्षाची तुरुंगवासाची शिक्षा झाल्यामुळं गायगावच्या आणि वासरवाडीच्या मंडळींनी हलकल्लोळ माजवला. आपल्याच देशात मुसक्या बांधलेल्या धर्मवीर संभाजीसारखे वसंतराव धीरगंभीर होते.

शेखसाहेब दफ्तर आवरून आपल्या प्रासादावर जायला निघाले. देशमुख फौजदारांनी धावत जाऊन कृतज्ञतापूर्वक त्यांचे आभार मानले.

"साहेब, देशाच्या कायदेकानूला लाथाडून स्वतःचा क्षुद्र स्वार्थ साधणाऱ्या समाजकंटकांना योग्य ती शिक्षा मिळावी म्हणून मी धडपड करीत होतो. माझ्या या धडपडीला योग्य न्याय मिळाला. मी तुमचे कसे आभार मानावेत कळत नाही."

"माझे कसले आभार मानता? राष्ट्रीय भावनेनं मी माझं कर्तव्य बजावलं आहे. असले कायदे करणाऱ्या आपल्या सरकारचे, समता आणणाऱ्या आपल्या घटनेचे आभार माना." असं म्हणून हसतमुखानं शेखसाहेब आपल्या गाडीकडं लगबगीनं वळले.

शनिवारचा दिवस होता; उद्या सुटी होती, म्हणून शेखसाहेबांना आपल्या एकोणीस मुलांना आणि चार बायकांना घेऊन एक दिवसाच्या सहलीसाठी सुखानं औटिंगला जायचं होतं. त्याशिवाय त्यांना विश्रांती मिळत नव्हती.

शेखसाहेब बाहेर पडल्यावर सगळीकडंच सुटी झाली. कोर्टासमोरच्या मोकळ्या हिरवळीवर एकच गर्दी उडाली. गर्दीतनं वाट काढत शेखसाहेबांची गाडी हळूहळू फाटकाकडं चालली.

फाटकाजवळ वेडा लघू बेलदार कधी तरी बसत असे; तसा आजही तो बसला होता. त्याला कुणी तरी गंमत करण्यासाठी सांगितलं- "लक्षू, मॅजिस्ट्रेट साहेबांची गाडी आली बघ. ते न्यायनिवाडा करतात- हो त्या गाडीच्या आडवं. तुझी गाढवं तुला परत मिळवून देतील."

असे शब्द कानावर पडताच लक्ष्मू ताडदिशी उठला आणि गाडीच्या आडवा झाला. ''रावसाऽब, माझ्या चुलत्यानं माझी सात गाढवं हिसकावून घेटल्यात. मला हाकलून लावलंऽऽय. माझी पोरंबाळं भिकेला लागल्याऽऽत. माझा धंदा बुडालाऽऽय. माझं हात-पाय तुटल्यागत झाल्याऽऽत. मी आता पोट कशानं भरू ऽऽ? माझी गाढवं तेवढी मिळवून द्या ऽऽ मायबाऽऽप. तुम्हीच माझी पोरंबाळं पदरात घ्या नि इचार करा सरकाऽऽर. मला न्याय द्याऽऽ.'' गाडीसमोर पडून तो आक्रोश करू लागला.

अधनंमधनं कुणाच्या तरी गाडीसमोर हा प्रकार होतच असे. लक्ष्मू न्याय मागत असे. त्याचं हे वेड कोर्टातल्या मंडळींना जाता-येता करमणुकीला पुरं पडत होतं.

शेखसाहेबांच्या गाडीच्या आडवं पडलेला लक्ष्मू बघून किवळकर बेलीफ धावले आणि त्यांनी लक्ष्मूच्या बखोट्यात हात घालून त्याला उचललं.'' अरे लक्ष्मू, ऊठ. ती बघ तुझी गाढवं तुझ्या चुलत्यानं आणून बांधल्यात. घेऊन जा ती.''

लक्ष्मू पाठीमागं वळून किवळकरांकडं बघू लागला.

''कुठं हाईत, धनी?'' त्यानं पृच्छा केली.

''ही काय ही.''

किवळकरांनी सहजगत्या कोर्टाच्या आवाराकडं हात केला. कोर्टातले सगळे कारकून, नोकर, शिपाई सुटी झाल्यामुळं आवारात उतरले होते. काळ्या कोटातील वकिलांचे थवे, पांढऱ्या पोशाखातील कार्यकर्ते, त्यांनी विकत आणलेले साक्षीदार, बातमीदार, आरोपी, फिर्यादी, पक्षकार, त्यांचे साथी-सोबती यांची एकच गर्दी झाली होती.

''कुठं हाईत माझी गाढवं?'' चिंतेनं लक्ष्मूनं पुन्हा प्रश्न केला.

''ही काय ही! ही गाढवंच हाईत तुझी!'' किवळकरांनी लक्ष्मूची खात्री करून दिली.

वेड्या लक्ष्मूला कोर्टाच्या आवारात हळूहळू गाढवं दिसू लागली. भरल्या डोळ्यांनी तो ओरडला, ''माझ्या गाढवांनो ऽऽ!''

वाचकहो, लक्ष्मूला जशी गाढवं सापडली; तशी भारत नावाच्या देशातील तुम्हाला तुमची गाढवं वेळेवर सापडोत!

रजिस्ट्रार साहेबांची पत्नी

उषाबाई देसाई- इनामदार आज सकाळी साडेनऊच्या सुमारास मरण पावल्या. स्वयंपावघरातच स्वयंपाक करता करता त्यांचा मृत्यू 'हार्टफेल'ने झाला. असे व्हायला नको होते. त्यांना कसा 'छान छान' मृत्यू यायला पाहिजे होता. शिवाय यांचे हार्ट अतिशय नाजूक होते. आता आसपासचे गावरान शेजारी त्यांना 'उषाताई' असंच म्हणत.

भेटायला आलेले कुणी तरी बाहेर पडल्यावर दोस्ताशी बोलत होतं की ''कसल्या 'उशा उशा' करत बसलाय राव; घरात बसून बसून बाईंचा अगदी तक्क्या झालाय नि.''

''तक्क्या होऊ दे न्हाईतर लोड होऊ दे, तुला काय रं त्येचं?''

''आपल्याला काय न्हाई. रजिस्ट्रार सायबालाच त्येची काळजी.''

''त्येला तरी कसली काळजी? लोड-उशीपेक्षा तक्क्या बराच की. चांगलं टेकायला मिळतंय.''

चाळिशीच्या पुढचं वाढतं वय असल्यामुळे त्यांचं रूप तक्क्यावर उपडी तपेली घातल्यागत दिसायचं खरं. पण तरीसुद्धा आपण सुंदर आहोत, असं त्यांना खूप खूप वाटायचं. अशा सुंदर युवतीला असा मृत्यू येणं बरं नव्हतं. हे सगळं अधे नि मधेच झालं.

उषाबाईच्या नियमात तर ते मुळीच बसणारं नव्हतं. कारण त्या स्वयंपाकघरात काम करत होत्या आणि कामाच्या वेळी त्या कुणालाही भेटत नसत. अशा वेळी मृत्यूनं त्यांना दांडगाईनं भेटावं, हे बरं नव्हतं.

शिवाय त्यांचा मृत्यू त्यांच्या खास थंडीच्या दिवसांसाठी केलेल्या रुईच्या कापसाच्या गादीवर व्हायला पाहिजे होता. रजिस्ट्रारसारख्या सरकारी अधिकाऱ्याच्या सन्मान्य पत्नी अशा स्वयंपाकघरासारख्या अडगळीच्या खोलीत उभ्या उभ्या पडून मरण पावतात, म्हणजे काय! ही किती अपमानास्पद गोष्ट होती. अशा महत्त्वाच्या

प्रसंगी त्यांना कुणी खुर्चीसुद्धा द्यायला तिथं नव्हतं. चक्क त्या जमिनीवर पडल्या.

साहेबांसाठी रूपानं खालून बेल वाजवली. साहेब वरच्या खोलीत माडीवर बसलेले. माडीवरची एक खोली त्यांना वापरायला मिळाली होती. बेल वाजवली तरी साहेब खाली आले नाहीत. मग तिनं पुन्हा बेल वाजवली. मग फायली आवरून साहेब तोंडातील तंबाखूची गुळणी सावरत खाली आले... पाहतात तर हे असं!

"कधी झालं?" ते दूरच्या उपऱ्या आवाजात बोलले. घरगुती आवाज काढायला त्यांना जमायचंच नाही. ऑफिसमधल्या अरेरावीयुक्त आवाजातच बोलायची त्यांना कायमची सवय पडून गेलेली. ऑफिसात दिवसातला बराच वेळ जात असे आणि घरी आल्यावरही जमिनीच्या खरेदी-विक्रीची अनेक खेकटी घेऊन माणसं घरीही येत असत. सकाळी, रात्री कधीही येत. खरेदीपत्राच्या कागदाबरोबर नोटा नावाचे छापील कागदही भरपूर घेऊन येत नि कामं करून जात. त्यांच्याशीही साहेबांना ऑफिसमधल्या भाषेतच बोलावं लागे. आणि त्यांच्या देखत घरच्या माणसांशी खासगी आवाजात कसं बोलायचं, म्हणून घरच्यांशीही त्याच भाषेत बोलण्याचा परिपाठ त्यांनी ठेवला होता.

पण हे आता असं झालेलं पाहून त्यांनी चटकन मोरीत जाऊन गुळणी थुंकली नि चूळ भरली. जमिनीवर पडलेल्या उषाबाईना उचलण्याचा प्रयत्न झाल; पण त्या मोहरांच्या काठोकाठ भरलेल्या भूमिगत मोठ्या हंड्यासारख्या जाग्यावरून जराही हलू शकल्या नाहीत. मग रूपा त्यांच्या मदतीला आली. दोघांनी उचलून उषाबाईना रुईच्या कापसाच्या गादीवर ठेवलं. ती त्यांची आवडती गादी होती. कुणी तरी साहेबांवर खूष होऊन त्यांना ती भेट म्हणून फुकट दिली होती.

तोपर्यंत मंडईत गेलेला शिपाई आला. शिपायाकडून त्यांनी ताबडतोब रिक्षा बोलवली. खरं तर गाव जिल्ह्याचं ठिकाण असूनही तिथं टॅक्शा नाहीत; नुसत्या रिक्शा आणि टांगे. मराठवाड्यातला जिल्हा. या बाबतीत सरकारनं मराठवाड्याकडे संपूर्ण दुर्लक्ष केलं आहे. आख्ख्या मराठवाड्यात एकही टॅक्सी भेटत नाही. पुण्या-मुंबईला मात्र गल्लीबोळात टॅक्सी; वारे लोकशाही! पण साहेबांना आता टॅक्सीची तहान रिक्शावर भागवण्याची सवय झाली होती. ते ताबडतोब रिक्शातून गेले आणि त्यांनी डॉक्टर बोलावून आणला.

डॉक्टरांनी नाडी तपासली. तिचा पत्ता लागलाच नाही. कदाचित ती अंगावरच्या कापसासारख्या चरबीत बुजली असेल म्हणून त्यांनी त्यांच्या सुंदर शरीरावर प्रत्यक्ष आपल्या हातानं स्टेथास्कोप लावून हृदय तपासलं. त्याचाही त्यांना पत्ता लागला नाही. क्षणभर त्यांना संशय आला की, साहेबांप्रमाणं बाईंनाही हृदय नावाचा अवयव नाही की काय! पण ही शंका मनातच ठेवून काही न बोलताच ते खाली मान घालून चटकन बाहेर पडले.

रूपा आणि दीपा या दोन्ही मुली 'ईऽ' करून रडू लागल्या. आयुष्यात कुणासाठी रडण्याचा प्रसंग त्यांच्यावर कधीच आला नव्हता. घरातलं कुणी तरी मेल्यावर कसं रडायचं हेही त्यांना ठाऊक नव्हतं. आणि रानवटासारखं आरडाओरडा करणं त्या सुखवस्तू संस्कृतीत बसण्यासारखं नव्हतं.

साडेदहा वाजायला आले होते. साहेबांनी आठ दिवसांची रजा मागणारा अर्ज खरडला. पगार सोडून मिळणाऱ्या रोजच्या उत्पन्नाचा आठ दिवसांचा हिशोब तो अर्ज खरडताना नकळत त्यांच्या मनात डोकावून गेला. त्यांना खूप खूप गहिवरून आलं. रविवार मध्येच येत होता; नाही तर त्यांनी रविवारला जोडून सात दिवसांची रजा घेतली असती आणि आठ दिवस ती भोगली असती. रजेचा अर्ज शिपायाकडून सायकलीवरून पाठविला. जाताना सकाळीच शाळेला गेलेल्या संदीपला 'रिक्शा करून ये' म्हणून निरोप द्यायला सांगितलं. रूपा-दीपा आता 'कुईऽऽ' करून रडत होत्या.

त्या मुलींकडे पाहून साहेबांचं मन बुचकळ्यात पडलं. बाईच्या मृत्यूनं त्यांची घरची शिस्त सगळी मोडली होती. त्याला ते तरी काय करणार? तरी त्यांनी धीर धरून मन शांत ठेवलं. विचार करून बाईच्या अंगावरील सगळे अलंकार शांतपणे काढले. अंगठी, बांगड्या, गळ्यातील माळ, कानांतले अलंकार किती तरी मोलाच्या त्या वस्तू. किती तरी शेतकऱ्यांचा पैसा त्यात ओतला गेलेला. एक एका सहीसाठी साहेब किती किती शेकडे घ्यायचे. त्यांच्या सहीची इतकी किंमत होती. जणू एका एका सहीगणिक एक एक अलंकार जन्म घेत असे. असे स्वकष्टार्जित अलंकार त्यांनी उतरवले आणि व्यवस्थित ट्रंकेत ठेवले. किल्ली फळीवरच्या लहान डबीत व्यवस्थित ठेवली.

मुलींना त्यांनी स्वयंपाकाचं साहित्य आवरायला सांगितलं. चाळिशी काढून ते पलंगावर जाऊन बसले. अश्रू येणारे डोळे दाबू लागले. रडणं त्यांना शोभून दिसत नव्हतं. शेतीच्या खरेदी-विक्रीसाठी समोर येणाऱ्या प्रत्येक शेतकऱ्याला रडवण्यात त्यांचा जन्म गेला होता. अशा पराक्रमी पुरुषाला स्वतःचं रडणं कसं शोभून दिसणार! ते रजिस्ट्रार साहेब होते. तरीही कुणाला ऐकू जाऊ नये म्हणून ते फक्त अश्रूच गाळत होते. त्यांचं रडणं कुणाला ऐकू गेलं असतं तर त्यांची प्रतिष्ठा खूप कमी झाली असती. कारण आसपास राहणारे लोक एकदम खालच्या दर्जाचे होते.

बरेचसे कारकून, कंडक्टर्स, फॅक्टरीतले कामगार, शिक्षक, नर्सेस अशा लायकीचे होते. त्यांच्या समोर मोठ्यानं कसं रडायचं? आपण कोण, ते कोण... शक्य असतं तर त्यांनी शिपायालाच रडायला सांगितलं असतं. साहेबांची सगळीच्या सगळी घरची आणि ऑफिसातली कामं शिपाई करीत असला तरी अजून या कामाचा कायदा सरकारनं शिपायांच्या बाबतीत केला नव्हता.

शिपायाच्या तोंडून मृत्यूची बातमी आसपास असलेल्या त्या झोपडपट्टीवजा वस्तीत फुटली. लोक थक्क झाले. उषाबाई इतक्या सुंदर होत्या की मृत्यूला त्यांच्यावर धाड घालायचं कधी धाडस होईल असं त्या लोकांना कधीच वाटलं नव्हतं. मृत्यू हा उपासमारीनं जगणाऱ्यांचा, गोरगरिबांचाच जिवलग मित्र, अशी त्यांची समजूत होती.

मृत्यूने त्या घरात घुसून गडबड केलेली बघून या लोकांच्या जिज्ञासा अचानक चाळवल्या. मेलेल्या उषाबाई दिसतात तरी कशा, हे त्यांना फार फार बघावंसं वाटू लागलं. ते घराच्या आसपास घोटाळू लागले; आत जायची मात्र कुणाची छाती नव्हती.

दारात इनामदार बाईचा आवडता कुत्रा रजिस्ट्रार साहेबासारखा ऐटीत उभा होता. मालकांच्या परवानगीशिवाय आत कुणालाही सोडायचं नाही, हे त्याला चांगलं ठाऊक होतं. शिवाय न विचारता त्या घरात शिरायची कुणाला सवय नव्हती. शेजाऱ्यांनी शिपायाला बाहेरून विचारलं, "कधी वारल्या?"

"नऊ वाजून पंचवीस मिनिटांनी." न थांबता चटकन शिपायानं उत्तर दिलं. त्याला मिनिटात बोलायची सवय बाईंनीच लावलेली. बाई खालच्या लोकांवर असे चांगले संस्कार करत.

बाईंनी घड्याळ स्वयंपाकघरातच ठेवलं होतं. वेळच्या वेळी साहेबांना ऑफिसला जावं लागायचं आणि लोक घरी फार फार यायचे. आसपासचे अनेक शेतकरी भाजीपाला, धान्याची पोती, गुळाच्या ढेपा, शेंगा, मिरच्या, ऊसरस घेऊन सतत गर्दी करायचे. परमेश्वराने मानव जातीच्या कल्याणासाठी त्यांच्या जन्म-मरणाची आणि भल्याबुऱ्याची सर्व सूत्रे जशी आपल्या हातात ठेवलेली असतात आणि माणसे फक्त त्या तालावर बाहुल्यासारखी नाचतात, वावरतात, तशीच काही अज्ञात सूत्रे रजिस्ट्रार साहेबांनी शेतकऱ्यांच्या नाकात वेसणी घालून आपल्या हातांत ठेवली होती. त्यामुळे अनेक शेतकरी कासरा लावलेल्या बैलासारखे आपसूक येऊन साहेबांचा मोलाचा वेळ खाऊन टाकायचे. पण साहेबांना तर वेळच्या वेळी ऑफिसला जायचं असायच, म्हणून बाईंनी स्वयंपाकघरातच एक घड्याळ ठेवलं होतं. ते घड्याळ साहेबांना सावध करायला आणि वेळेवर स्वयंपाक करायला असं दुहेरी उपयोगी पडायचं.

लांबून लांबून तंगड्या तोडत आलेली माणसं बाहेरच्या हॉलमध्ये तशीच बसवून बरोबर साडेसात वाजता साहेबांचा पहिला चहा व्हायचा. तसाच दुसरा चहा पिताना बरोब्बर नऊ वाजलेले असायचे आणि विशेष म्हणजे बाईंना प्रेशर कुकर कितीला लावला हे पाहण्यासाठी घड्याळ आवश्यक वाटत असे. कुकरची शिट्टी बरोब्बर बारा मिनिटांनी झाली नाही, तर त्या अस्वस्थ होत. बरोब्बर बारा मिनिटांनी

झाली तर त्यांना गंमत वाटे. शिपायाला बाहेर पाठवतानाही त्या 'टाईम'वर बरोब्बर लक्ष ठेवायच्या.

रिक्षा करून तेरा-चौदा वर्षांचा संदीप आला आणि त्यानं कपड्यांच्या इस्त्रीचा, घरातल्या शिस्तीचा काहीही विचार न करता 'आईऽ' म्हणून हंबरडा फोडला. त्याला अचूक रडता आलं. एरवी त्याला थोरल्या रूपानं आईला 'ममी' म्हणायला शिकवलं होतं. कारण 'आई' हा घाणेरडा मराठी शब्द होता. तसं म्हटल्यानं घाणेरडी गावरान मराठी संस्कृती त्यांना चिकटणार होती. संदीपला तर मोठ्ठं व्हायचं होतं. म्हणजे त्याला फॉरेनला पाठवण्याची साहेबांची, घरादाराची जिद्द होती. मिळाली तर तिथंच नोकरी करण्याची, तिथंच राहण्याची इच्छा होती. जमल्यास गोरी गोरी मड्डम सून म्हणून आली तर हवी होती. म्हणून त्याला पहिल्यापासनं कॉन्व्हेंटला घातलं होतं. ज्या उच्च संस्कृतीत तो वाढत होता, त्या संस्कृतीत आईला 'ममी' म्हणतात; म्हणून त्यालाही 'ममी' म्हणायला रूपानं शिकवलं होतं. पण तरीही तो रडताना 'आई' म्हणूनच रडू लागला.

त्याचं असं झालं होतं की, आपल्या धूर्त महाराष्ट्र सरकारनं कॉन्व्हेंटवाल्या साहेबांना फसवून एकच्या एक पेपर मराठी भाषेचा सक्तीचा म्हणून ठेवला होता. तो पेपर शिकवताना एका बावळट शिक्षकानं कवी यशवंत यांची 'आई' ही कविता जशीच्या तशी शिकवली होती. वास्तविक त्यांनी ती 'ममी म्हणोनि कोणी, मम्मीस हाक मारी' अशी शिकवायला पाहिजे होती. पण तशी न शिकवता 'आई, म्हणोनि कोणी, आईस हाक मारी' अशीच शिकवली होती. त्याचा चुकीचा परिणाम संदीपवर खोलवर झाला होता आणि तो आपल्या ममीला चक्क 'आई' म्हणून हाक मारून रडू लागला. साहेबांचं दुर्दैव; दुसरं काय!

रडता रडता संदीप बाईंच्या अंगावर पडला. तसं पडताना तो साहेबांच्या शिस्तीला अजिबात भ्याला नाही. आतापर्यंत तो दोन-तीन हात लांब राहून ममीला एखादी गोष्ट विचारायचा. मग बाई साहेबांकडं जायच्या. मग ती वस्तू मंजूर व्हायची. मग त्याच्या हातात ती शिपायाकडून पडायची. शिपाईच ती विकत आणून द्यायचा. संदीपनं, रूपानं, दीपानं कुणीच बाजारात जायचं नाही. 'बाजारात जाणं हे कमीपणाचं असतं. खालच्या वर्गातल्या लोकांनी बाजारात जायचं असतं. आपल्या वस्तू आपणच आणायला आपण काही खालच्या वर्गातले नाही; उच्च वर्गातले आहोत' असे संस्कार बाईंनी आणि साहेबांनी त्यांच्यावर केले होते. त्यासाठी सरकारनं त्यांना सरकारी पगार देऊन शिपाई दिला होता. पोझिशन सांभाळून ते वागत होते.

बाईही शेजारीपाजारी जायच्या नाहीत. न जाणंच त्यांना आवडायचं. रजिस्ट्रार साहेबांच्या बायकोनं जसं वागायचं असतं, तसंच त्या वागत होत्या. कित्येक वेळा त्या अधिकच छान छान वागायच्या. वास्तविक आतासुद्धा मरण येणार हे ठाऊक

असतं, तर नाइलाजानं का होईना त्यांनी छानपैकी लक्सच्या साबणानं अगोदर हात स्वच्छ धुतले असते. मग तीनतीनदा तोंड धुतलं असतं. मग त्यांचं गोरं तोंड लालेलाल झालं असतं. दूरदर्शनवरील तलावात आंघोळ करून वर आलेली युवती आपलं तोड जसं टर्किश टॉवेलन हळुवार टिपून काढते तसं मग त्यांनी आपलं तोंड पुसलं असतं. कारण दूरदर्शन हा त्यांना आपल्या जीवनातील आदर्श वाटत होता. दूरदर्शनवरील जाहिरातीत जे सांगतील ते त्यांना दुसऱ्या दिवशी लगेच हवं असायचं. शिपायाकडून त्या ते लगेच आणवून घ्यायच्या.

तोंड पुसल्यावर विविध भारतीवरील एखादं गाणं हळूहळू गुणगुणत, दीड फूट उंचीचा आरसा समोर घेऊन त्या बसल्या असत्या. वेणीफणी केली असती. चापांचं जाळं आपल्या कुरळ्या केसात जागोजागी मारून ते केस जास्तच कुरळे केले असते. पावडरीच फूल सुरेखपणे चेहऱ्यावर कुरवाळून घेतलं असतं. पुनःपुन्हा ते फिरवून पावडरीचा थर समसमान करून घेतला असता. शेवटी हळूच किंचित गुलाबी लिपस्टिकचा ओठावर स्पर्श आणि कपाळावर पूर्णविराम दिला असता. गळ्यातली टपोऱ्या मण्यांची माळ आणि दीर्घ मंगळसूत्र वर काढून, छानदार साडी नेसून पलंगावर पडल्या असत्या. पांघरूण पायदळी सरळ केलं असतं. बेडशीट चुरगळणार नाही, याची दक्षता घेतली असती. उशीला 'स्वीटड्रीम'चा स्वच्छ अभ्रा घातला असता आणि मग त्यांनी मृत्यूचा, 'विविध भारती'चं गाणं हळूहळू गुणगुणत हळूच स्वीकार केला असता.

पण मृत्यूच्या दुर्दैवानं तो ऑड टाईमला आला. बाईच्या आयुष्यात मृत्यूनं ही फार मोठी चूक केली. त्यांची शिस्त, त्यांच्या घरचे मॅनर्स, त्याला काहीच कळले नाहीत. न विचारताच तो आत शिरला. साहेबांचीही परवानगी घेतली नाही. बेलही वाजवली नाही. घरगुती गोष्टी असतात. घरात काहीही खासगी चाललेलं असतं. काही ना काही खासगी व्यवहार, देणंघेणं चाललेलं असतं. अशा वेळी अचानक पोलिसांनी धाड घातल्यागत कुणीही येणं मॅनर्सला सोडून असतं. खरं तर हा गुन्हा आहे. बरं हा मृत्यू बाहेरच्या हॉलमध्ये न थांबता सरळ पाठीमागून आत स्वयंपाकघरात गेला. किती गुन्हे हे! बाईचा कुत्रा सावध असता तर त्यानं त्याला आतच येऊ दिलं नसतं आणि साहेबांनी तर त्याच्यावर अनेक कलमांखाली अनेक गुन्हे ठेवून खटलाच भरला असता. त्यांच्या वरपर्यंत कोर्टात ओळखी होत्या. त्यामुळे खटला नक्की त्यांच्यासारखा झाला असता.

साहेबांना शिस्त फारच प्रिय होती. अनेक शेजाऱ्यांना त्यांनी ही शिस्त दाखवून आपला दरारा प्रस्थापित केला होता. शेजाऱ्यांना हीच भीती होती. म्हणून साहेबांची परवानगी काढून आत यायला अनेक शेजारी उत्सुक होते. पण साहेबच बाहेर आले नाहीत; मग आत जाणार कोण? बेल वाजवायची तरी कशी? कुत्रा काय म्हणेल?

संदीपनं हंबरडा फोडल्यावर मात्र रूपानं आणि दीपानंही मनाचा हिय्या करून स्वतःला ममीवर घालून घेतलं. साहेब मनातून हलले; पण त्यांनी शिस्त सोडली नाही.

पाठीमागच्या दारानं बारा-तेरा वर्षांच्या दोन मुली जिवावर उदार होऊन आत घुसल्या. साहेब त्यांना काहीच बोलले नाहीत. मग त्या मुलींच्या आया 'चला गंऽ घरात. असं लोकांच्या घरात शिरायचं असतं का?' म्हणून त्यांना शोधत शोधत आत घुसल्या. त्या आयांचे नवरे दोघींना शोधायला आत शिरले नि मग तटाला खिंडार पडून त्या घरात कधी नव्हे ती उभ्या जन्माची गर्दी उडून गेली. एरवी घर अत्यंत नीटनेटकं आणि नीटनेटक्या माणसांनाच आत येऊ देणारं. दोन किंवा तीन मुले आणि ही दोघं, असा चार किवा पाच माणसांचा वावर. पण आता एखाद्या सोवळ्या ब्राह्मणाला ओवळ्या लोकांनी गराडा घालावा, असं घराला आतल्या आत वाटू लागलं.

अनेकांना ते घर आतून पाहायला मिळतंय याचाच आनंद झाला. शेजारच्या काकडे कारकुनाला आपण साहेबाच्या अगदी झोपायच्या खोलीत आल्याचा आनंद झाला. आलेली बारकी पोरं चित्रांचं काचेचं कपाट पाहू लागली. काही जणांनी सोफा सेटवर उड्या मारून बघितलं, बसून बघितलं. स्त्रियांनी टकाटका बाईचं स्वयंपाकघर आणि फळीवरचे स्वच्छ पितळी डबे पाहून घेतले. मोलकरीण ते आठ आठ दिवसांनी चिंच, आमसोल, लिंबू लावून घासत होती. तिला चहा आणि शिळंपाकं भरपूर मिळायचं. तिला मुद्दाम देण्यासाठी बाई भरपूर शिजवायच्या आणि शिळं करून नेमानं द्यायच्या. त्यांना हा उपकार करणं म्हणजे रजिस्ट्रारच्या बायकोला शोभेल असंच वागणं, असं वाटत होतं. त्यामुळं मोलकरीण त्यांचा हा उपकार सर्वत्र सांगत हिंडायची.

"आमच्याकडं तुला इतरांपेक्षा जास्त मिळतं ना गं?" बाई अधूनमधून मोलकरणीला विचारायच्या.

"व्हय जी."

"मग वेळेवर येत जा."

"व्हय जी."

तिनं 'नाही' म्हटलं असतं तर बाईनी तिला आणखी शिळं अन्न तयार करून घातलं असतं. पण ती 'हो' म्हणत होती. म्हणून त्यांना नाइलाजानं तेवढाच उपकार करावा लागत होता.

भिकाऱ्याला मात्र त्या कधी काही घालत नव्हत्या. नाही तरी शिळं अन्न हातात घेऊन भिकाऱ्यापर्यंत चार लोकांसारखं जायचं म्हणजे कमीपणाचंच होतं. मोलकरीण तेच अन्न आपल्या हातांनी काढून घेऊन जात होती.

ही मोलकरीण भांडी घासत होती. बाईंनी सकाळी साबण लावून ठेवलेलं धुणं धूत होती. बाई साबण लावायच्या, कारण त्यांना आणि साहेबांना स्वच्छ स्वच्छ

कपडे लागायचे. शिवाय साबण थोडा अगोदर लावून ठेवला की तो चांगला जिरतो आणि कपडे अधिक स्वच्छ निघतात. मोलकरणीची धुणं-भांडी नळावरून होईपर्यंत बाई दारात खुर्ची टाकून बसायच्या. त्यामुळं धुणं-भांडी अधिक स्वच्छ व्हायची.

धुणं-भांडी नळावर आली की वाड्यातल्या इतर दोन-तीन बिऱ्हाडकरूंची धुणी-भांडी मोरीच्या गटारीकडेला फेकल्यागत सारली जायची. कारण बाईंचीच नेहमी पहिली पाळी असायची. बारा वाजेपर्यंत नळाला आजाऱ्यासारखं बुळूबुळू वाहणारं पाणी असायचं. मराठवाड्यातला नळ; त्याला मराठवाड्यातलंच पाणी. अगोदरच दुष्काळी जिल्हा. त्यात पाणी येणार कुठून? पाऊसच कधी मनासारखा पडत नाही. याही बाबतीत केंद्र सरकारनं आणि महाराष्ट्र सरकारनं मराठवाड्यावर अन्यायच केला होता. सगळीकडं पाऊस; मात्र मराठवाड्यावर पावसाचा थेंब नाही. ही काय लोकशाही झाली? कसंबसं बारा वाजेपर्यंत नळाला पाणी असायचं. बाई सकाळी दात घासायला, तांदूळ धुवायला, कपबशा विसळायला, चहाची पत्ती टाकायला, संडासाचं टमरेल भरायला क्षणोक्षणी नळावर यायच्या. त्यामुळं अडथळा आला तर शेजाऱ्यांच्या पिण्याच्या पाण्यावरही कधी कधी टमरेल लावलं जायचं. कधी कधी दुसऱ्याच्या लावलेल्या बादलीला वरच्या मजल्यावरून खाली आलेल्या मोरीच्या पाइपाखाली सारून बाई आपले तांदूळ धुऊन घेत होत्या. साडेअकरापर्यंत हे सतत चाले. साडेअकरा वाजले की मग मात्र बाई शेजाऱ्यांच्यावर उपकार करत होत्या. बंद होत जाणारा नळ त्यांना मोकळा करून देत होत्या. कोणी शेजारी उदार होऊन तक्रार करू लागला की साहेबांनी आतून 'छू' घातलेला शिपाई भुंकत येत होता. त्याला सरकारच्या अन्नाला जागावं लागत होतं. बाईही शिव्या देऊन उत्तम भांडण करू शकत होत्या. आपली बाजू त्या वकिलाप्रमाणे बरोब्बर मांडत होत्या. विशेष म्हणजे त्यांचा 'अपमान' हा भांडणाचा मूळ मुद्दा असायचा.

"भिक्कारडे मेले! इथं कुठल्या कुठल्या गावाहून जमा झाले आहेत कुणास ठाऊक! मॅनर्स अजिबात नाहीत नालायकांना. हा काय यांच्या बापाचा नळ आहे? उठलं सुटलं नळावर येतात नि सगळी घाण करून टाकतात.''

"बाई, नळ कॉमन आहे.''

"उलट बोललात तर दात घशात घालायला लावीन शिपायाला. माजोरी मेले!''

"आम्ही माजोरी नाही. तुम्हीच नळावर सारख्या येता. आम्ही पाणी कधी भरायचं?''

"पुन्हा उलट बोलता? काही मॅनर्स आहेत की नाहीत? हलकट मेले! स्त्रियांच्याच तोंडी लागतात. नळ काय तुमच्या बापाचा नाही. पाळी येईल तेव्हा भरा. उगीच मधे मधे कशाला येता तडमडायला?''

मग शिपाई यायचा. नळावरची शेजाऱ्यांची भांडी संडासच्या दिशेला बेलाशक फेकायचा.

''जास्त गडबड कराल तर या मोरीत एकएकाचं मुंडकं कोबीन. कुणाशी भांडण करता हे ध्यानात ठेवून वागा; नाहीतर हंटर बसतील कुल्यावर.'' तो गुरगुरे.

कोणी काही बोलायचे नाहीत. मग बाई नळावरच्या पाण्यात उतरायच्या. खरं म्हणजे त्यांना पाणी खूप आवडत होतं. शिपायाला वेळ मिळताच त्या त्याच्याकडून मोठं बॅरेल भरून घेत होत्या. रोज रोज दारासमोरची फरशी धुऊन घेत होत्या. त्यांना स्वच्छतेची, म्हणजे आपलं घर स्वच्छ असलं पाहिजे, मग इतरांना प्यायला पाण्याचा थेंबसुद्धा मिळाला नाही तरी चालेल, अशा स्वच्छतेची आवड होती. साधी कपबशीसुद्धा नळाच्या वाहत्या पाण्यानं धुण्यानेच पूर्ण स्वच्छ होते, याची त्यांना जाणीव होती. धुणंभांडीही मोलकरीण धुताना एक एक भांडं त्या दोनदा धुऊन घेत होत्या. एका बादलीत एका कपड्याला साबण लावला जायचा. तो चुबकला गेला की मग दुसऱ्या स्वच्छ बादलीतच बुडवला जायचा. पुन्हा चुबकला की मग तिसरी बादली. चौथ्या किंवा पाचव्या बादलीत शेवटी कपडा पिळला जायचा. मराठवाड्यात धूळ फार आहे, वारंवावटळी फार येतात, कपड्यांवर धूळ फार बसते; असं त्या म्हणत. त्यांना सगळी गावं कशी मुंबईसारखी डांबरी रस्त्यांची, सिमेंटच्या इमारतीची, टाइल्याच्या फरशांची हवी असत. रस्त्यानं गाई-म्हशी हिंडताना नको असत. त्यांचं निरसं निरसं दूध, साजूक साजूक तूप मात्र हवं असे. धूळ नको असे; धान्य, पिकं, भाजीपाला मात्र हवा असे. तो सिमेंटच्या किंवा डांबरी रानात पिकवला जावा, असं त्यांना मनोमन वाटे. 'पण या बाबतीत समाज काही लक्षच घालत नाही, कधी सुधारायचा हा समाज?' असं त्या म्हणत.

म्हणूनच त्यांना शिपाई रिकामा दिसला की त्या त्याला बाहेरचा सोफा पुनःपुन्हा झाडायला लावीत होत्या. पृथ्वीवरची धूळ आणि अंगावरचा घाम कायमचा नाहीसा झाला असता; तर त्यांनी स्वच्छ हातानी पेढे वाटले असते. तरी शिपाई ही धूळ हाणून पाडत होता. आरसा, ट्रंका, भिंती, कपाट, सोफा, खुर्च्या रोज रोज पुसत होता. तरीही त्या ते सगळं स्वतः चेक करायच्या. बोट लावून धूळ आहे का ते पाहायच्या. जमल्यास शक्य तो पुन्हा पुसायला लावायच्या.

शिपायाची नोकरी फक्त आठ तासच असली तरी तो कितीही वेळ झाला तरी घरी जायची घाई करत नव्हता. त्याच्या पोटात त्यांनी कसला तरी भीतीचा गोळा ठेवला होता. घरात बायको-मुलं वाट पाहत असली तरी तो काम करत राहायचा. याला एक आपल्यासारखाच संसार आहे, हे गडबडीत बाईंच्या लक्षातच राहायचं नाही. बाई इतक्या विसरभोळ्या होत्या. रात्री साडेनऊच्या आसपास जेवणं झाली की त्याला बाईंची भांडी वगैरे आवरावी लागायची. उष्टी, खरकटी काढून तो स्वयंपाकघर

स्वच्छ झाडायचा.

बाई मग ढेकर देत सांगायच्या, ''तेवढी अंथरुणं घाल रे.''

त्यानं अंथरुणं घालायची.

''जा आता घरी. जेवायला उशीर होईल तुला. सकाळी लवकर ये.''

तो निघायचा. रात्रीचे दहासव्वादहा झालेले असायचे. साहेबांची सायकल साहेबांच्या घरीच ठेवून तो दोन मैलांवर असलेल्या आपल्या झोपडीकडं चालत जायला निघायचा. साहेबांचा असल्या शिपाई लोकांवर विश्वास नाही. शिवाय साहेबांची सायकल खासगीतील होती. साहेबांची कामं शिपायानं भराभरा करावीत म्हणून ते त्याला आपली सायकल देत असत, हे योग्यच होतं. नोकरी संपल्यावर थकून भागून त्यानं आपल्या घरी कसं जायचं हा शिपायाचा प्रश्न होता. तो साहेबांचा खासगी प्रश्न नव्हता. शिवाय असल्या शिपायासारख्या खालच्या दर्जाच्या लोकांना वरच्या दर्जाच्या लोकांनी असंच वागवायची रीत असते; ती वेगळीच.

खरं तर साहेबांच्या दृष्टीनं आसपासचे सगळेच लोक तद्दन खालच्या दर्जाचे होते. या खत्रूड लोकांच्या वस्तीत बाईंची इच्छा नसताना साहेब नाइलाजानं राहायला आले. त्यांची मुंबईहून अशी अचानक या दुष्काळी जिल्ह्यात बदली झाली. त्यांना इथं मनासारखा चांगला ब्लॉक किवा बंगला स्वस्तात कुठंच राहायला मिळेना. म्हणून त्यांनी त्या जुन्या वाड्यात बिऱ्हाड थाटलं होतं. त्यासाठी त्यांना वाड्याच्या मालकाची एक-दोन सरकारी कामं करून द्यावी लागली. प्रेमापोटी त्यांनी ती करून दिली म्हणूनच वाड्याच्या मालकानंही प्रेमापोटी त्यांना ही जागा भाड्यानं दिली. पण भोवती हे असे खत्रूड भाडेकरू शेजारी मिळाले. म्हणून त्यांनी आपल्या घराला जवळजवळ अदृश्य कुंपणच घालून घेतलं. पुढचा दरवाजा सदैव बंद होऊ लागला. हॉलमध्ये माणसं कामासाठी बसत. कामासाठी एकेकाला स्वतंत्रपणे माडीवर बोलावलं जाई. चर्चा होई. गरम गरम काही तरी हातात दिलं जाई; घेतलं जाई. मग काम होताच माणूस हॉलमध्ये न बसताच निघून जाई. दारातील कुत्रा त्यांच्याकडं असे डोळे वटारून पाही की, ''खबरदार जर काही गडबड केलीस तर; तुला फाडूनच खाईन.'' अशी त्यातून सूचना मिळे.

बाहेर मोकळ्या जागेत खूप मुलं-मुली खेळायची. गोरगरिबाची मुलं. पण त्यांचा आरडाओरडा बाईंना आणि साहेबांना फार त्रासदायक वाटे. 'मेले! गरीब ते गरीब. स्वतःची पोटं भरता येण्याची अक्कल नसते; मग मुलांना आणि जन्माला कशाला घालतात, कोण जाणे! ' असा निरुत्तर करून टाकणारा विचार बाई त्यांच्या आई-वडिलांना ऐकायला जाईल अशा आवाजात बोलायच्या. श्रावणात शेजारीपाजारी सत्यनारायण व्हायचे. लोक बाईंना आणि साहेबांना लक्षात ठेवून आग्रहाची निमंत्रणं द्यायचे. पण तो सगळा त्यांना बावळटपणा वाटायचा. लोकांच्या या अंधश्रद्धेवर ते

तुटून पडायचे. ते स्वतःला बुद्धिनिष्ठ आणि विज्ञाननिष्ठ समजायचे. या त्यांच्या निष्ठांत गोरगरिबांकडून कोणत्याही कामासाठी 'ऑनमनी' नावाचा पवित्र पैसा घेणं, बरोब्बर बसत असे. मोकळ्या जागेत कधी कधी भजनाचा कार्यक्रम व्हायचा. आसपासचे लोक गर्दी करायचे. पण बाई अगर साहेब कधी दारातसुद्धा दिसले नाहीत. उलट ते भजन करणाऱ्या माणसाला शिपायाकडून दम द्यायचे. ''बारा वाजेपर्यंतच भजन करायला परवानगी असते; तोवर काय नंगानाच घालायचा तो घाला.'' पण लोकांचा सूर बाराच्या पुढेच लागायचा. बाईंना आणि साहेबांना मग हे 'नको नको' होऊन जायचं. त्यांची झोपमोड व्हायची. ते याच समाजात जन्माला आले असले तरी त्यांना या समाजातून उठून अमेरिकेला दूर दूर पळून जावं असं वाटायचं. पण अजून तेवढा पैसा साठला नसल्यामुळं पळून जाता यायचं नाही. मग कानांत कापसाचे बोळे घालून झोपायचे.

बाईनी आणि साहेबांनी आपल्यासाठी एक स्वतंत्र विश्व घरातच तयार केलं होतं. अधिक चांगले रंग देऊन काचेच्या कपाटात पशुपक्षी आणून ठेवले होते. भरतकाम करून ससा विणला होता. प्रातःकाळी रेडिओ गाणी गात होता. सायंकाळी टीव्ही मनोरंजन करत होता. रविवारी तर टीव्ही आणि रेडिओ दोन्हीही देवासमोर लावलेल्या नंदादीपासारखे सतत तेवत राहिलेले असायचे. वाऱ्याची झुळूक येण्यासाठी आत पंखे लावले होते. आतूनच आकाश दिसण्यासाठी दोन्ही बाजूंना दोन खिडक्या होत्या. बैठे खेळ होते. 'फिल्म फेअर', 'रसरंग', 'फिल्म केसरी' इत्यादीचे ढीगच्या ढीग आणून वर्तमानपत्रवाला पोऱ्या टाकायचा. हेरकथा, भूतकथा, रहस्यकथा यांची मासिके शिपाई वाचनालयात जाऊन नेमानं आणायचा. त्यांनी खास वर्गणी दिल्यानं त्यांना हवं ते मासिक-पुस्तक प्रथम मिळायचं. शिवाय बाईना अनेक पदार्थ करता येत होते. ते करण्यात आणि खाण्यात त्यांचा वेळ छान जायचा. मग कुणाला सार्वजनिक हॉटेलात जावं लागायचं नाही. गावात सगळी 'भिक्कारडी' हॉटेलं होती. तिथं साहेबांनी खालच्या दर्जाच्या माणसासारखं कसं जायचं! मुंबईच्या हॉटेलात मात्र ते प्रत्येक रविवारी फॅमिलीला घेऊन जात असत. मुंबईत 'ते 'साहेब' आहेत' असं त्यांना कुणीही ओळखायचं नाही. म्हणजे कुत्रंसुद्धा त्यांना ओळखायचं नाही, ते एक बरं होतं. इथं मात्र सगळा गाव त्यांना 'साहेब' 'साहेब' म्हणून ओळखतो. मनापासून मानतो. त्यामुळे हॉटेलात जाणं, सिनेमाला जाणं त्यांना कमीपणाचं वाटायचं.

रोज संध्याकाळी एक शिक्षक यायचा. बाईंच्या देखरेखीखाली मुलांना शिकवायचा. पुनःपुन्हा आपण म्हणून मुलांकडून पाठ करून घ्यायचा. बाईंनी त्यांना ही युक्ती सांगितली होती. ''मुलांचं पाठान्तर व्हायचं असेल तर मुलांना पाठ करायला सांगू नका. ती कंटाळतात. पुनःपुन्हा तुम्हीच त्यांच्या समोर घोक्या मारा. म्हणजे ते शब्द

त्यांच्या कानावर सतत पडतील आणि आपोआप त्यांचं पाठान्तर होईल. दूरदर्शनवरच्या जाहिराती नाहीत का अशाच पाठ होत?'' शिक्षक आज्ञाधारकपणे मग घोक्या मारायचा. त्याचं तोंड ठणठणून दुखू लागलं की ते शेकण्यासाठी म्हणून बाई त्याला शिपायाकडून चहा आणून देत. त्यावर तो खूष होता.

संध्याकाळी चार वाजता बाई कुत्र्यावर नेमानं प्रेम करायच्या. त्याच्या पाठीवर हात फिरवून त्याला खायला घालून त्या आत जात होत्या. हात स्वच्छ पाण्यानं धुऊन टर्किश टॉवेलला पुसून चहा करून घेत होत्या. संध्याकाळी बरोब्बर पाचला त्या वेणीफणीला आणि स्नो-पावडरला बसत. पातळ बदलत. त्या वेळी त्या खूपच सुंदर दिसत.

एरवीसुद्धा त्या फारच सुंदर दिसत होत्या. त्यांची कातडी गोरी होती. त्यांचे केस लांब नसले तरी कुरळे होते. गंगावन घालून त्या ते भरघोस करीत असत. त्यांचे डोळे रेखीव, लांबट होते. ते एकदा आले. त्यामुळं सुंदर डोळेही येतात, हे लोकांना पहिल्यांदाच पाहायची संधी मिळाली. निसर्गक्रमापुढं काही इलाज नाही. अंगावर चरबी अधिकच वाढल्यानं त्यांचा बांधा अधिकच सुंदर दिसत होता. अधिकच भरघोस दिसत होता. इंद्राचा ऐरावत हत्ती पांढरा शुभ्र होता म्हणतात. इंद्राचं ते वैभव होतं. बाई हत्तीसारख्या झुलत झुलत चालत. त्या पांढऱ्या म्हणजे गोऱ्या होत्या. त्यामुळं इंद्राचा ऐरावत तिथं उतरल्यागत वाटे. असली गजगामिनी पत्नी हे साहेबांचं वैभव होतं; असं पोथ्यापुराणांचा आधार घेऊन म्हणायला हरकत नाही. बाईचा आवाज साधा असला तरी त्या नाजूकपणानं काढीत. विशेष म्हणजे त्या देहाला 'रजिस्ट्रारची सन्मान्य पत्नी' या जाणिवेची ऐट लाभलेली होती. 'सौंदर्य सौदर्य' म्हणतात ते याच्या पलीकडं कुठं असतं? या सौदर्याला त्या फार सांभाळत. त्यावर धूळसुद्धा बसू देत नसत. त्यासाठी त्या कधी बाहेरही पडत नसत. शिवाय सुंदर स्त्रियांकडं पुरुष वाईट दृष्टीनं पाहतात, ते वेगळंच. त्यामुळंही त्या बाहेर पडत नसत, तेही वेगळंच. त्या असलं अस्सल सौंदर्य जोपासत असल्यामुळं कधी कधी नळावरच वाकून वाकून वॉक् वॉक्!' करून, नरड्यात बोटे घालून पित्त पाडताना चमत्कारिक दिसत. परमेश्वरानं त्यांच्या बाबतीत दोन किरकोळ चुका केल्या होत्या. त्यांच्या भरघोस देहाबरोबरच भरघोस शेंबूड दिला होता. त्यांना तो त्यांची इच्छा नसताना सारखा शिंकरावा तरी लागे किंवा 'फुरूक, फुरूक' अशा खालच्या आवाजात सारखा वरती तरी ओढावा लागे. डोळ्यांवर जाड भिंगाचा चष्माही होता. आता इतक्या सुंदर नाकात आणि इतक्या सुंदर डोळ्यांवर असं काही तरी ठेवण्यात परमेश्वराची योजना काय होती; काही कळत नव्हतं. दुसरी एक किरकोळ चूक बाईच करायच्या. नळाजवळच्या तारेवर सुंदर लक्स वडीने धुतलेले गंगावन त्या चिमटे लावून सुकत टाकत. ते बघून काही तरीच वाटायचं. कल्पना अशी व्हायची की बाई

आत 'बोडकी' होऊन बसलेल्या असतील. त्याचं अशुभ चित्र नको म्हटलं तरी मनासमोर यायचं.

त्यांच्या सुंदरपणाची एक दंतकथा त्यांच्या मोलकरणीनं पसरवली आहे. रजिस्ट्रार साहेब तसे चारजणांसारखे दिसतात. पण मग त्यांना अशी अतिसुंदर बायको कशी मिळाली, याचं गूढ त्यांचं बिऱ्हाड या भिक्कारड्या जिल्ह्याच्या ठिकाणी आल्याबरोबर अनेक लोकांना होतं. काही महिने गेल्यावर त्यांच्या मोलकरणीकडून ती कथा कळली.

बाई तशा मोठ्या घराण्यातल्या. त्यांचा दुरून दुरून राजघराण्याशीसुद्धा संबंध होता. कारण त्या नऊ-दहा नातेवाईकांचा परस्परसंबंध जोडून त्यांच्याशी आपला संबंध जोडून दाखवतात. थोडक्यात म्हणजे त्यांचाही संबंध राजघराण्याशी होता. ज्या अर्थी त्या इतक्या सुंदर होत्या, त्या अर्थी त्यांचा संबंध राजघराण्याशी असणारच; हा त्यातला मुख्य मुद्दा त्या शेवटी सांगत.

त्यांनी मॅट्रिकमधूनच शिक्षण बंद केलं. कारण त्यांचे बाबा म्हणाले, "आमच्या राजघराण्यात स्त्रियांना फारसं शिक्षण दिलं जात नाही." त्या पुढं म्हणत, "शिवाय मुंबईसारखं शहर. मी ही अशी सुंदर, त्या वयात तर फारच सुंदर दिसायची. मग शिक्षणाची गरज काय? शिवाय एखाद्या वेळेस डाकू-मवाल्यांनी मी शाळेला जाताना किंवा घरी परतताना काही तरी केलं तर; काही नि बाहीच होऊन बसलं असतं, म्हणून मीही शिक्षण सोडून द्यायला होकार दिला.

पुढ 'हे' मला बघायला आले आणि मला तिथल्या तिथं पसंत केली. वडिलांनीही 'रजिस्ट्रार आहेत' म्हणून मान्यता दिली. बाबांनी अनेक अटी घातल्या. साहेबांनी त्या मुकाटपणानं मान्य केल्या. बाबांनी 'हुंडा नाही' म्हणून सांगितलं. साहेबांनी तेही मुकाटपणं मान्य केलं. दागिने, कपडे साहेबांनीच घ्यायचं कबूल केलं. लग्नही साहेबांच्या लोकांनीच करायचं. त्यालाही साहेबांचा होकार. सगळ्याला मान हलवून हलवून साहेबांनी होकार दिला.

साहेबांनी माझ्यासाठी खूपखूप खर्च केला. मला खूप खूप अलंकार केले. एखाद्या वेळेस बाबांनी अवांतर खर्चाला काही हजार रुपये मागितले असते तर तेही साहेबांनी एकहाती दिले असते; इतके 'हे' माझ्यावर खूष. पण बाबाच उदार होऊन गप बसले. मुलगी फक्त नॉन मॅट्रिक झालेली आणि मुलगा गावाकडं भरपूर शेतीवाडी असलेला आणि नुकताच रजिस्ट्रारही झालेला.

खरं म्हणजे मी 'ह्यांना' प्रथम पाहिल्याबरोबर नकार दिला होता; पण आईनं आणि बाबांनी सांगितल्यामुळंच कसा तरी होकार भरला.

आता छान चाललंय माझं. अलंकार भरपूर आहेत. ते स्वैपाक करतानासुद्धा मी घालते. म्हणेन तेव्हा कपडे घेतात. म्हणेन तेव्हा मुंबईला जाऊन येतो. तिथंच सिनेमा

पाहतो. कुठं बाहेर जावं लागत नाही. साहेब रजिस्ट्रार आहेत. शेकडो लोक येऊन त्यांचे रोज पाय धरतात. 'नको नको' म्हटलं तरी काही ना काही भेट म्हणून देतात. मला आणखी कोणता मान पाहिजे?''

अशी ही मोलकरणीनं बाईंच्या तोंडची सांगितलेली दंतकथा. सगळे लोक या कथेला 'दंतकथा' म्हणतात : याला एवढंच कारण की, ही दंतकथा सांगून संपली की मोलकरीण गमतीला येऊन सांगते की, 'बाईंच्या बऱ्याच दाढा म्हणजे 'दंत' गोड खाऊन खाऊन किडलेल्या आहेत. त्यांचा त्यांना खूप त्रास होतो. तरीही त्या असल्या कथा सांगतातच. हे ऐकून स्त्रिया हसतात. पण त्या बोलण्याकडं कुणी लक्ष देत नाहीत. पण ते असो.

सांगायचा उद्देश एवढाच की, अशा ह्या बाई आज सकाळी साडेनऊच्या सुमारास गेल्या. रजिस्ट्रार साहेबांचं खूप खर्च करून आणलेलं सुंदर विश्व हरवलं. देवानं त्यांना न्याय दिला नाही. त्यांनी मात्र जनताजनार्दनाला खूप न्याय दिला. जनताजनार्दनानंही त्यांना खिसे भरभरून खूप खूप न्याय दिला. देवानं जसा साहेबांना न्याय दिला नाही; तसा मृत्यूनंही बाईना न्याय दिला नाही. त्यांच्यावर खूपच अन्याय केला.

बाई मरण पावल्यावर साहेबांनी त्यांच्या तोंडात पाणीही घातलं नाही तर. त्यांना असले क्षुल्लक प्रकार माहितीच नव्हते. त्यांना फक्त ऑफिसमध्ये सह्या करायच्या माहिती होतं. कोणतीही सही फुकट करायची नाही, हेसुद्धा माहिती होतं. वास्तविक 'पाणी' ही बाईंची आवडती गोष्ट. त्यांना जर ते मृत्यूच्या वेळी मिळालं असतं तर त्या कदाचित दचकून जिवंतही झाल्या असत्या. पण आता त्याचा काही उपयोग नाही. हे नळाचं पाणी न मिळाल्यामुळं त्यांच्या आत्म्यालाही शांती मिळते की नाही कुणास ठाऊक!

बाईचा अशांत आत्मा आता चित्रगुप्ताजवळ गेलाही असेल. चित्रगुप्त सगळी नोंद करून घेत असेल...

''तुमच्या पिंडावर कोणकोणत्या वस्तू ठेवलेल्या तुम्हाला आवडतील?''

''माझं सौंदर्य मी घेऊन आलेच आहे. मला लक्सची वडी, पावडरीचा डबा आवडेल. थोडं स्वच्छ स्वच्छ पाणी.''

''पाणी?'' चित्रगुप्त चकित झाला.

''हो! पाणी मला फार आवडतं. माझा उभा जन्म पाण्यात गेला. कपडे धुणे, भांडी धुणं, तोंड धुणं, तांदूळ धुणं, भाजी धुणं, हात धुणं, पायधुणं, फरशी धुणं, ... सारखं धूत राहायचं. स्वच्छ होत राहायचं. त्यामुळं मला सारखं पाणी आवडायचं.''

''तुम्ही तुमच्या आयुष्यात काय केलं?''

''स्वैपाक केला, स्वच्छता ठेवली, रेडिओ, टीव्ही ऐकला. भूतकथा, हेरकथा

वाचल्या. माझं सौदर्य काळजीपूर्वक सांभाळलं.''

''बस?''

''हो. आयुष्यात आणखी काय करण्यासारखं असतं हो? आमचे साहेब रजिस्ट्रार होते. त्यांना शोभेल अशीच नाही का वागले?''

''तुम्हाला पुढचा जन्म हवा?''

''अवश्य हवा. पृथ्वीवर मज्या येते. पण मला स्वतंत्र ब्लॉक किंवा बंगला द्या. बंगलाच द्या. वरती, खालती, आसपास कोणी भाडेकरू किंवा खालच्या दर्जाची माणसं नकोत. माणसंच नकोत शेजारी. घराला कुंपणच असू द्या भोवतीनं.''

''का बरं?''

''अहो, आता मी एवढी मेले; पण एकसुद्धा शेजारी रडला नाही. सगळे मेले मनोमन आनंदलेले. त्यांचं उट्ट काढण्यासाठी तरी पुढचा जन्म हवाच.''

''तुमचं काम झालं. तुम्ही या दारानं आत जा.''

''थँक्यू.'' बाई नॉन मॅट्रिक होत्या. तरी त्यांना खूपच मॅनर्स माहिती होत्या.

स्मितहास्य करीत बाई दारामागच्या अंधारात निघून गेल्या. त्या अंधारात त्यांना लाईटचं बटन सापडलं नसेल. कारण त्या नेहमी शिपायालाच लाईटचं बटन चालू करायला सांगत. त्या आता शिपाई तिथं नसल्यानं गोंधळून गेल्या असतील. देवासमोर त्यांनी विजेचं निरांजन कायमचं लावून त्याला कायमचा पूजला होता. तो देव त्यांच्या आत्म्याला शांती, सौंदर्य आणि लिप्स्टिक देवो! आणि हो! त्यांना एक फुकटचा सरकारी शिपाईही देवो!

शेवटची लढाई

चार एक महिन्यांनी महादेव राष्ट्रात निवडणुका लागणार अशी चिन्हं दिसत होती. एखाद्या गावाच्या जत्रेत अमुक तमाशा लागणार, तमुक नाचणारीण बाई येणार अशा जाहिराती लागतात, कर्णोपकर्णी लोकांना कळतं, तसंच या निवडणुकांचंही लोकांच्या कानावर येत होतं. बिळातून मुंग्या बाहेर पडू लागल्या की पाऊस येणार, हिरव्या पिकांवर विशिष्ट किडे झाले की टोळधाड येणार, कुत्री-घुबडं ओरडू लागली की काहीतरी प्रचंड अशुभ होणार, दुष्काळ येणार, याची चाहूल जशी लोकांना आपोआप लागते, तशीच या निवडणुकीच्या अशुभ वर्तमानाची चाहूल कानामनावर उमटू लागली.

लोक हवालदिल होत होते. काही तळमळीचे टोळभैरव कार्यकर्ते पांढरे पोशाख शिवून घेत होते. त्यामुळं खादी ग्रामोद्योगाच्या धंद्याला चांगले दिवस येत होते. शिंप्याच्या दुकानात पांढऱ्या कापडाचे ढीग पडत होते. जो तो येऊन त्याला दम देत होता. शिंपीही जो येईल त्याचाच हा सदरा शिवतो आहे, असे सांगत होता. अशा रीतीनं शिंप्यापर्यंत राजकारण जाऊन पोचलं होतं. गावागावातून पंढरपुरी जातीचे पांढरे बैल, वासरं, गायी मोठ्या प्रमाणात हिंडू लागली, तेव्हाच जनतेला या अशुभ वर्तमानाची चाहूल लागली.

तरुण, म्हातारे, मध्यमवयीन सगळ्या प्रकारचे लोक घरातून बाहेर पडू लागले. 'गण्या माळ्याचे' 'गणपतराव फुले' असे नामाभिधान त्यांच्या तोंडी ऐकू येऊ लागलं. जिभेवर किलो किलो साखर ठेवून बोलणी तिच्यात लोळूघोळू लागली, तेव्हाच जनतेला या अशुभ वर्तमानाची चाहूल लागली.

आमदार निवासात आमदार मिळेना, मंत्रालयात मंत्री भेटेना, सचिवालयात सचिव दिसेना, घरच्या अंथरुणात गृहिणीला कार्यकर्ता भेटेना, सगळे जनसेवेसाठी कमरा कसून बाहेर पडलेले, दम देऊ लागलेले, तिकीट मिळण्यासाठी तडमडू लागलेले. उद्घाटने, पाया भरणे, लग्न समारंभ, बारशापासून बाराव्यापर्यंत काहीही

निमित्त काढून सभासंमेलनं घेऊ लागले. जनसंपर्क साधू लागले.

अशा रीतीने बदाबदा दोन महिने जनसंपर्क साधल्यावर सत्ताधारी पक्षानं आपल्या महादेव राष्ट्रात कोण कोण उमेदवार उभे करायचे याची चाचणी घेण्यासाठी एक प्राथमिक मिटिंग बोलावली. मुख्य प्रधान मिटिंगचे अध्यक्ष. त्यांच्या मदतीला मुख्य सचिव हंबीरराव देसाई बसलेले.

कोणत्याही निवडणूका असल्या तरी हंबीरराव देसाईना हमखास बोलवावेच लागे. गेली तीस-पस्तीस वर्षे त्यांनी अनेक निवडणूका पाहिल्या होत्या, अभ्यासल्या होत्या. जनतेचं मानसशास्त्र समजून घेतलं होतं. महादेव राष्ट्राचा कोपरा नि कोपरा त्यांच्या मनासमोर बारीकसारीक माहितीसह उभा होता. आता एक वर्षानं हंबीरराव देसाई निवृत्त झाले की सत्ताधारी पक्षाचं म्हणजेच राष्ट्राचं भवितव्य नक्की धोक्यात येणार होतं. त्यामुळं काय करावं या चिंतेतच सत्ताधारी होते.

अशा वेळी प्राथमिक चाचणीसाठी मिटिंग बोलावली होती. तीन दिवस सुंदोपसुंदी होऊन महादेव राष्ट्राच्या जवळजवळ सगळ्या तालुक्यांचे उमेदवार नक्की झाले होते. त्या बुद्धिवंत लोकसेवकांच्या चर्चेत दीडएकशे खुर्च्या कामी आल्या. अनेक टेबलांना दुखापती होऊन त्यांचे पाय निकामी झाले. काहींचे मुळातूनच काढले गेले. लाऊडस्पीकरच्या माइकचे आणि पेपरवेटचे निकराच्या वेळी बाँबगोळे करून फेकण्यात आले. अंगाला अंगे भिडवल्यावर धोतर-सदऱ्यांची निशाणे झाली. थंड पेयांच्या बाटल्यांची बुमरँग करण्यात आली. शेवटच्या दिवशी 'सण इन फाल्गुन' साजरा करून मीटिंग संपुष्टात आली.

प्रत्येक तालुक्यातील एक एका जागेसाठी सातापासून सत्याहत्तरपर्यंत उमेदवार उत्सुक असल्याचे मुख्य प्रधानांच्या निदर्शनास आले. जनसेवेसाठी एवढे लोकसेवक कंबर बांधून तयार असल्याचे पाहून मुख्य प्रधानांना गहिवरून आले. तो गहिवर त्यांनी प्रचंड गर्दीतून वाट काढत काढत महात्मा गांधींच्या प्रतिमेला हार घालून शेवटच्या दिवशी कसाबसा व्यक्त केला. एवढे झाले तरी महादेव राष्ट्राच्या अत्यंत आवडत्या संबळनेर तालुक्यात कोणीच उमेदवारी स्वीकारायला तयार नाही, याचे आश्चर्य सर्वांनाच वाटत होते. जो तो म्हणत होता की, 'सत्ताधारी पक्षाला तेथे पहिल्यापासून कधीच यश मिळाले नाही. आपणाला तिथली उमेदवारी नको. अमुक एक कार्यकर्ते उत्सुक आहेत त्यांना ती द्या. आम्ही त्यांना प्रयत्नांची पराकाष्टा करून निवडून आणण्यास मदत करू.'

"काय हो कार्यकर्ते, उत्सुक आहात काय?"

"मी नाही, ते कार्यकर्ते असतील, त्यांना विचारा." अशी उत्तरे येऊ लागली. मुख्य प्रधानांना कोडं पडलं. आता कुणाला उभे करावे, याचा प्रश्न त्यांना भेडसावू लागला. पहिल्या मीटिंगमधून सहीसलामत सुटले म्हणून सोवळापूरला महारुद्राला

अभिषेक घालण्यासाठी ते चालले होते. त्यांच्याबरोबर त्यांचे मुरब्बी सचिव हंबीरराव देसाईही होते.

"हंबीरराव, वरून अशा आज्ञा आहेत की, महादेव राष्ट्रात जेवढ्या म्हणून जागा आहेत, त्या सर्व जागांसाठी आपले उमेदवार हे उभे केलेच पाहिजेत. एवढेच नव्हे, तर ते कोणत्याही परिस्थितीत, काहीही प्रयत्न करून निवडून हे आणलेच पाहिजेत. अशा वेळी संबळनेर तालुक्याचं काय करायचं? तिथं कुणीच उभ राहायला तयार नाही."

"महाराज, काही तरी प्रयत्न केलाच पाहिजे, दुहेरी जबाबदारी आहे."

"म्हणजे चांगला लढाऊ उमेदवार उभा करणं, ही एक आणि दुसरी ती निवडणूक जिंकण्यासाठी वाट्टेल त्या मार्गानं प्रयत्न करणं; कारण हा बालेकिल्ला गेल्या चाळीस वर्षांत आपल्या सत्ताधारी पक्षाला एकदाही सर करता आला नाही. अनेक मुख्य प्रधान होऊन गेले, पण त्यांना हा घेता आला नाही. तो सर व्हावा आणि तुमच्या पांढऱ्या मुकुटात मानाचा दुर्मिळ तुरा खोवला जावा, अशी माझी इच्छा आहे... मी काय आता वर्षभराचा सोबती."

"अरे, अरे हंबीरराव, असं का म्हणता? तुम्ही तर आम्हाला कायमचे हवे आहात. तुम्हाला आम्ही सोडणार नाही."

"महाराज, तुम्ही नाही सोडलं, तरी सरकारी नियम मला सचिवालयाबाहेर बरोबर नेऊन सोडतील. साठ वर्षं मला येत्या आठव्या महिन्यातच पूर्ण होणार आहेत."

"असं म्हणता? हे आणखी निराळंच संकट दिसतंय."

"संकट नाही. वस्तुस्थिती आहे. कधीतरी स्वीकारावी लागणारच."

"माझ्या डोक्यात एक कल्पना आली आहे. एका दगडात आपणास तीन पक्षी मारता येतील."

"कोणती?"

"संबळनेरच्या उमेदवारीचा अर्ज नोकरीचा राजीनामा देऊन तुम्हीच भरायचा."

"काय म्हणता!" हंबीरराव ताडदिशी उडाले.

"खरं म्हणतोय, तुमच्यासारखा शंभर टक्के योग्य माणूस मला दुसरा सुचतच नाही. गेली तीस-पस्तीस वर्षं तुम्ही निवडणुकांचा अभ्यास करीत आहात, सल्ले देत आहात. या तुमच्या सगळ्या ज्ञानाची सत्त्वपरीक्षा या निवडणुकीत आता होणार, असं समजा. तुमचं सगळं ज्ञान इथं पणाला लावून ही निवडणूक जिंकाल, असं मला ठामपणे वाटतंय आणि एकदा निवडणूक तुम्ही जिंकली, की पाच वर्षं पुन्हा तुमची आम्हाला मदत होणार आहे. कदाचित त्याच्या पुढची पाच वर्षं, त्याच्याही पुढची आणखी पाच वर्षं, आणखी पाच, आणखी पाच... म्हणजे

कायमचेच तुम्ही आमच्या गोटात येणार आहात.''

''आणि निवडून नाही आलो तर?''

''निवडणुकीच्या बाबतीत 'नाही' हा शब्दच तुमच्या लेखी नाही. एवढी वर्षं डोकं घासलंत त्याचा मग काय उपयोग? तुम्ही नक्की निवडणूक जिंकणार. कोणत्या जागी कोणते उपाय योजायचे, याची तुम्हाला चांगली माहिती आहे.''

''पण समजा नाहीच निवडून आलो तर?''

''समजा, नाही निवडून आलात तरी तुमचं काही नुकसान नाही. एक वर्ष तर राहिलं आहे. पेन्शनवर काहीही परिणाम होणार नाही. मात्र निवडून आलात तर मात्र उखळ पांढरं होणार आहे. जन्माचं कल्याण होणार आहे. हिरवा पट्टा, पांढरा पट्टा, पिवळा पट्टा या भागात इमारतीसाठी मुबलक जागा मिळणार आहे. प्रतिष्ठाने, फाउंडेशने स्थापन करून कोट्यवधी रुपये तुमच्या नावावर चढवता येणार आहेत. कारखानदारांना लायसन्स देऊन, परकी चलन देऊन, घरगुती चलनफुगवटा करता येणार आहे. पोराबाळांना, गणगोतांना, सख्यासोबत्यांना संस्था स्थापन करण्यास सांगून, मोठमोठ्या एजन्सी देऊन, थिएटर्स बांधून, 'फाइव स्टार हॉटेल्स' बांधून जनतेची सेवा करता येणार आहे. जनतेच्या सेवेतून होणाऱ्या एवढ्या मोठ्या फायद्यासाठी एवढी एक वर्ष अगोदर नोकरी सोडण्याची छोटी जोखीम घ्यायला तुम्ही तयार नाही, म्हणजे आश्चर्य आहे. बघा, विचार करा. अजून अवधी आहे. निवृत्तिपूर्व रजेवर जाऊन निवडणूकपूर्व वातावरण तुम्हाला तयार करता येईल.''

महारुद्राच्या साक्षीनं हंबीररावांनी मुख्य प्रधानांना आपला निर्णय सांगितला, ''साहेब, मी संबळनेरच्या जागेसाठी उमेदवार म्हणून अर्ज भरतो, पण एक-दोन अटींवर.''

''कोणत्या अटी?''

''अटी तशा अवघड नाहीत; पण या महारुद्राच्या साक्षीनं त्या पूर्ण करण्याची शपथ खाणार असाल तर सांगतो.''

''शपथ खाऊ नंतर. अगोदर त्या अटी तरी सांगा. माझ्या कुवतीबाहेरच्या असतील तर मी त्या कशा पूर्ण करणार?''

''संबळनेरची सीट आपण प्रेस्टीज सीट मानली पाहिजे. तिच्यासाठी मी करीन त्या खर्चाला आपण निवडणूक निधीतून मदत दिली पाहिजे. आणि मुख्य म्हणजे मी म्हणेन त्या मंत्र्यांनी, म्हणेल त्या ठिकाणी, म्हणेल त्या स्थितीत प्रचारासाठी आलं पाहिजे. नाहीतर तुम्ही लोक मला वाऱ्यावर सोडून आपापल्या मतदारसंघात मशगूल व्हाल. एवढ्या माझ्या अटी आहेत.''

''बस्स? एवढ्याच अटी?''

"होय. किंबहुना हे दोन वर मी देवाच्या साक्षीनं आपणाकडे मागतो आहे, असं समजा.''

"मी महारुद्राची शपथ घेऊन त्याच्या साक्षीनं सांगतो की तुमच्या सगळ्या अटी आम्हाला मान्य आहेत. त्या पुऱ्या करण्यात मी तसूभरही कमी पडणार नाही. तुमच्यासाठी पक्षाच्या बाजूनंच मी शेवटपर्यंत काम करीन, असं वचन देतो.''

हंबीररावांच्या हातात मुख्य प्रधानांनी अभिवचनाचा हात दिला. "अहो हंबीरराव, ही तुमची सीट आम्हाला आमच्यापेक्षा महत्त्वाची वाटते. या वर्षी काही झालं तरी आपण ही जागा जिंकायचीच. तिची काळजी तुमच्यापेक्षा मला जास्त आहे, याची खात्री असू द्या. मी एखाद्या वेळेस माझ्या मतदारसंघात फिरणार नाही, इतका मी तुमच्या मतदारसंघात फिरेन. कारण ही सीट जिंकली की माझं मुख्य प्रधानपद पुढची पाच वर्षं नक्की झालं असं समजा.''

हंबीररावांनी अनायसे समोर असलेल्या महारुद्राला निवडणूक जिंकल्यावर महाअभिषेक घालण्याचे नवस बोलून घेतले.

हंबीरराव देसाईंनी डावपेचाचा महिनाभर विचार केला. नोकरीत राहूनच त्यांनी संबळनेर तालुक्यात सरकारी कामे काढली नि त्या तालुक्याचा निवडणुकीच्या दृष्टीने आणखी अभ्यास करण्यासाठी तिथंच मुक्काम ठोकला.

संबळनेर हे दहाएक हजार वस्तीचं गाव. त्या गावचे प्रसिद्ध गांधीवादी समाजसेवक पूज्य दादाजी दास्ताने गेली तीस वर्षं निवडून येत होते. शेवटचा गांधीवादी म्हणून त्यांना महादेव राष्ट्रात ओळखलं जात होतं. गांधीहत्येनंतर ते जे आपल्या छोट्या गावी परतले, ते पुन्हा त्यांनी ते गाव सोडलंच नाही. हा तालुकाच आपलं कार्यक्षेत्र असं समजून ते उद्योगाला लागले होते. प्रत्येक पंचवार्षिक निवडणुकीला उभे राहण्यास त्यांना तालुक्याची जनता आग्रह करीत असते. मग ते सहज कुणाला तरी अर्ज भरून द्यावा, तसे अर्ज भरत. प्रचाराच्या काळात पायी फिरत. शांतपणे प्रचारसभा घेऊन आतापर्यंत आपण तालुक्यात काय काय कार्य केलं आणि नंतरच्या पाच वर्षांत काय करायचं आहे, हे सांगून मोकळे होत. या उद्योगाला आपण सगळ्यांनीच कष्टपूर्वक, ध्येयपूर्वक लागलं पाहिजे, अशी जाणीव देऊन सभा संपवत. 'मला मते द्या', 'मला मते द्या' असा आटापिटा त्यांना कधीच करावा लागत नसे. लोकही शांतपणे बसून मनोभावे ऐकून घेत. दादाजींच्या आश्वासनावर, दिलेल्या शब्दाशब्दावर विश्वास ठेवत. जबाबदारीची जाणीव होऊन घरी जात. उद्योगाला लागत.

हंबीरराव देसाईंच्या कानावर या तालुक्याच्या निवडणुकीच्या हकिगती जात होत्या. त्यांचा ते कळत नकळत अभ्यास करीत होतेच. पण आता ते अधिक

गंभीरपणे या अभ्यासाकडे वळले. सरकारी अधिकारी म्हणूनच ते तालुकाभर गाडी घेऊन फिरू लागले. जनतेचा कानोसा घेऊ लागले. तरुण मंडळी जिल्ह्याला जाऊन शिकून येत होती. शहरची हवा त्यांना चाखायला मिळत होती. परत संबळनेरला आल्यावर त्यांना साधेच कपडे घालावे लागत. कारण तिथल्या दुकानात फॅशनेबल कपडे ठेवले जात नसत. देशी बनावटीचा सुती कपडा ठेवला जाई. दादाजी सांगत- 'साधे, सुती कपडे वापरा. स्वदेशीचा अभिमान राखा. कृत्रिम धागा वापरू नका, परक्या देशाला पैसा देऊ नका.' तरुणांना वाटे, एक रुपयाचे लॉटरीचे तिकीट घेऊन एका रात्रीत कष्ट न करता लक्षाधीश व्हावे. पण दादाजी सांगत, 'लॉटरी हा जुगार आहे. तो तुम्हाला फशी पाडतो, भुलवतो नि पैसे काढून घेतो. त्यातून निर्माण होणारी वृत्ती वाईट आहे. स्वतः कष्ट करा, उद्योग-धंदा करा. त्यातून येणारी श्रीमंती खरी. जुगारातून, भ्रष्टाचारातून येणारी श्रीमंती फसवणुकीवर आधारलेली, खोटी असते. संबळनेरच्या आसपासच्या दहा-पंधरा गावांत हातभट्टीची दारू तर मिळतच नसे. पण कुणाला देशी-विदेशी दारूविक्रीचं दुकानही काढू दिलं जात नसे. त्यामुळे धूर्त, टग्या लोकांना बैठा धंदा मिळत नसे. झटपट पैसा करता येत नसे. गावात सिनेमाचं एकही थिएटर नव्हतं. पण गावात एक नाट्यमंडळ स्थापन केलं होतं. क्रीडा केंद्र साडेतीन एकरांच्या मैदानात पसरलं होतं. लहान मुलांना वेगळं, तरुणांना वेगळं, वृद्धांना उद्यान वेगळं अशी मांडणी त्यात केलेली. स्त्रियांसाठी नि तान्ह्या मुलांसाठी देवळाभोवतीच मोठं उद्यान केलं होतं. सामूहिक शेती केली होती; त्यामुळं सगळ्यांनाच राबावं लागत होतं. गडी लावून कामं करण्याची पद्धती नव्हती. सामूहिक घरं बांधली होती; त्यात झोपडं वेगळं, बंगला वेगळा असा भाग नव्हता. एकाएका घरासाठी जागा आखून दिल्या जात. सामूहिक विवाह होऊन सगळ्या गावांना जेवण दिलं जाई. त्या दिवशी गावाची चूल बंद असे. बौद्धिक उत्सव होत. देवीच्या जत्राखेत्रांना स्वयंस्फूर्त बंदी होती. जुन्या रूढी हळूहळू नष्ट होत होत्या; नव्या रूढी पडत होत्या. भांडणं नव्हती की झगडा नव्हता. सर्व धर्मांत लपलेला 'एक धर्म, मानव धर्म' म्हणून सगळ्यांना सांगत. अधूनमधून त्याच्यावर विचार मांडत.

तरुण पिढी या गंभीरपणाला कंटाळत होती. बौद्धिकाला विटली होती. साध्या कपड्यांना नकोसली होती. कुठेच काही धुडगूस करता येत नाही, शिवशिवणाऱ्या हातांना काहीच मोडतातोडता येत नाही म्हणून बेचैन होती. हंबीररावांनी तिचा बारकाईनं अभ्यास केला.

संबळनेरच्या आसपासची वीसभर खेडी सोडून हंबीरराव पलीकडे गेले. तिथल्या खेड्यांचा अभ्यास करू लागले. खेडी बकाल होती. गावागावात वैर होती. गल्लीगल्लीत भांडणं होती. बायकांना नवरे छळीत होते, मजुरांना बागायतदार पिळत होते,तरुणांना

हातभट्टीवाले बिथरवत होते. चोऱ्यामारामाऱ्या होत होत्या. गोंधळ उडत होते. बळी दुबळ्यांच्या उरावर बसून रक्त पीत होते. पाण्याच्या योजना राबवल्या नसल्यानं दुष्काळ पडत होते, वर्षावर्षाला पिकं वाळत होती, विहिरी कोरड्या पडत होत्या.. सगळी गावं कशी पूर्वी होती तशी गावासारखी गावं होती... हंबीररावांनी त्यांचा बारकाईनं अभ्यास केला. तालुक्याचा इतिहास अभ्यासला, भूगोल अभ्यासला, जुन्या रूढी, समजुती, परंपरा अभ्यासल्या. त्यांच्या डोक्यात हळूहळू प्रकाश पडू लागला.

संबळनेरपासून पंधराएक मैलांवर सुरगंगा नावाची पुराण काळात प्रसिद्ध असलेली नदी वाहत होती. तिच्या पलीकडं सोनवड नावाचं एक गाव होतं आणि त्याच्या समोरच नदीच्या अलीकडे चांदवड नावाचं दुसरं गाव होतं.

हंबीरराव चांदवडात म्हणजे पुराणकालीन चंद्रपूर नगरात येऊन पोचले. चांदवड हे दादाजी दास्तान्यांच्या नजरेखाली विकास पावणार अनेक गावांपैकी एक गाव.

तिथं सगळ्या जुन्या रूढी, जत्रा, शिमग्यासारखे सण बंद पडून नव्या रूढी, नवे सण निर्माण झालेले. शिमग्याच्या पुनवेला तिथं मंडळी खेळांची मैदानं भरवीत. कबड्डी, सारीपाट, कुस्त्या, खो खो, लंगडी, विटीदांडू हे खेळ त्या दिवशी खेळत. सगळं गाव त्या दिवशी सुट्टी घेई. जनावरांनाही सुट्टी मिळे. त्या दिवशी त्यांच्या गाड्यांच्या शर्यती होत, बकऱ्यांच्या टकरी होत. तरुण मंडळी त्यात अहमहमिकेनं भाग घेत. दोन्ही गावांमध्ये फक्त नदी. आताशा नदीला फक्त पावसाळ्यात पाणी असे. उन्हाळ्यात ती सुकून गेलेली असे. कारण वरच्या बाजूला तीस-पस्तीस मैलांवर बाळाईचं धरण बांधलेलं होतं. त्यामुळे खाली नदीला पाणीच मिळत नव्हतं. 'बाळाई' हे मुख्य प्रधानांच्या हयात आईचं नाव.

पण सोनवडच्या लोकांना वाटत असे की सोनवड या गावाला पुराणकाळी इंद्रानं दिलेला शाप भोवतो आहे.

हंबीरराव सोनवडातून चालले असताना गावाबाहेरच्या एका झोपडीसमोर एक शंभरीच्या आसपास आलेला जख्ख म्हातारा त्यांना दिसला. कोरड्या नदीकडं किलकिल्या डोळ्यांनी बघत बसला होता.

"काय आजोबा, कसं काय चाललंय?"

"कसं चालायचं, सायेब. अंगावरचा केस नि केस आता काळ्याचा पांढरा झालाय. आता आज-उद्या डोळ पांढरं व्हायचा दीस यील."

"एवढे का कंटाळलात जन्माला? जगा की अजून पाच-दहा वर्षं."

"जगण्यासाठी आता दुनिया निर्मळ ऱ्हायली न्हाई, सायेब."

"निर्मळ न राहायला काय झालं?"

"काय झालं? पाप लई झालंय."

“पाप?”

“हां!”

“कशानं?”

“भलत्याच वाटंनं माणसं चालल्यात. पोथ्या पुराणं, धर्म, रूढी, परंपरा इसरून काय वाट्टेल ती थेरं करू लागल्यात म्हणून.”

“असं? थोडं सांगा तरी आम्हाला.”

“थोडं का? सांगण्यासारखं खंडीभर हाय. पर ऐकतो कोण आम्हा म्हाताऱ्यांचं? आता म्हणतासा तर त्या खंडीतली एक पेंढी तुमच्याम्होरं सोडतो.”

“मी ऐकतो की. मी मोठा सरकारी अधिकारी आहे. मला काही करता आलं तर मी जरूर प्रयत्न करीन.”

“आता ही समोरची नदीच बघा. ही सुरगंगा. हिच्यात तेतीस कोटी देव आंघोळ करायचं. इंदर हिच्यात नेमानं आंघोळीला यायचा.”

“का?”

“त्येला कारण हुतं. हे जे सोनवड हाय ती पुराणातली सुवर्णनगरी. हितं एक राजा राज्य करीत हुता. त्या राजाला एक सुंदर कन्या हुती. अप्सरेपेक्षा देखणी. म्हणून इंदर तिच्या पिरेमात पडला. ती राजकन्या या नदीवर रोज आंघोळीला यायची. त्यामुळं बाईचा वेश धारण करून इंदरबी आंघोळीला यायचा. एक दिवस वस्त्र बदलताना राजकन्येच्या दासीच्या ध्यानात ही गोष्ट आली नि तिनं राजाला सांगितली. 'महाराज, बाईच्या पोशाखात एक पुरुष नदीवर आंघोळीला येतो आणि राजकन्येबरोबर रमतो.'

राजानं ही गोष्ट पडताळून पाहिली नि एके दिवशी भर दरबारात या बाईच्या वेशातल्या इंदराला आणून त्याची वस्त्रं काढून घेतली. सगळ्या दरबाराच्या ध्येनात आलं की हा बुवा हाये. सगळा दरबार त्याला खो खो हसला. राजानं त्याला कडेलोटाची शिक्षा दिली.

त्या वेळी इंद्रानं आपलं खरं रूप धारण केलं आणि त्या सर्वांना शाप दिला की, 'तुम्ही सगळेच रोज स्त्रीवेष धारण करून त्या नदीवर क्रीडास्नान कराल. कळलावी दासी ज्या चंद्रपूर नगरातील आहे त्या गावच्या लोकांनाही माझा ह्योच शाप हाये. ते सर्व लोक तुमच्यासंगं कायमचं भांडण मांडून बसतील. तुमच्यासारखंच नदीवर आंघोळीसाठी स्त्रीवेषात रोज येतील. त्येंच्या वंशजांस्नीबी माझा ह्यो शाप हाये'.

इंदराचं खरं रूप दिसल्यावर राजानं त्याचं पाय धरलं. 'तुम्ही कोण हुता ते कळलं न्हाई, म्हणून अशी चुकी झाली, माफी करा.' असं म्हणून राजा इंदराचं पाय धरून बसला, ते उठंचना. मग इंदरानं उःशाप दिला की, 'निदान वर्सातनं

एकदा तरी तसा पोशाख करा नि नदीवर जा.' राजानं ते कबूल केलं.

तवापासनं फाल्गुण म्हैन्याच्या पुनवंला सकाळी या सुरगंगा नदीवर दोन्ही गावांची बापय मंडळी बाईचं पोशाख करून यायची नि आंघोळ करायची. दोन-तीन तास चांदवडच्या मंडळीसंगं भांडण करून परत फिरायची. पुराणातनं चालत आलेली हजारो वरसांची ही चाल गेल्या नऊ-धा वर्सांत दादोजी दास्त्यान्यानं बंद पाडली.

तवापासनं या नदीचं पाणी आटलं बघा. नुसती पावसाळ्यात तेवढी व्हाती. यंदा तेबी पाणी न्हाई. गेल्या पाच-सात वर्सांत या सोनवडला दुष्काळ कायमचा पडलाय.''

''कशानं?''

''कशानं? -अहो सायेब, ही चाल बंद पडल्यावर ही सुरगंगा कशी व्हाईल? या गावच्या माणसांनी आपली रीत सोडल्यावर या गावात पुण्य कसं ऱ्हाईल?''

''हां हां! खरं आहे ते.''

हंबीरराव म्हाताऱ्याच्या विचारांनी चकित झाले. म्हाताऱ्यानं आणखी पुष्कळ पापं सांगितली. हंबीररावांच्या डोक्यात एक चमत्कारिक प्रकाश पडला. कानमंत्रासारखे म्हाताऱ्याचे शब्द मनावर कोरून हंबीरराव त्याला अभिवादन करून जायला निघाले. ''आजोबा, तुमचं म्हणणं खरं आहे. तुम्ही सांगितलेल्या काही गोष्टी, मी चालू करण्याचा पुन्हा प्रयत्न करीन.'' असं म्हणून हंबीरराव पुढच्या गावी निघून गेले.

होळीचा सण पुढे सव्वा ते दीड महिना ठेवून निवडणुकांच्या तारखा जाहीर झाल्या. अर्ज भरण्याच्या नि ते मागे घेण्याच्या तारखा जाहीर करण्यात आल्या. अर्ज मागे घेण्याच्या तारखांनंतर प्रचारासाठी कसाबसा एक महिना मिळणार होता. म्हणून महादेव राष्ट्रात जिकडं-तिकडं धावपळ सुरू झाली. छापखाने धडाधड वाजू लागले. हँडबिले, निवेदने, जाहिराती यांचे ढीग पडू लागले. जीपगाड्या, लॉऱ्यांसह, ट्रॅक्टर,ट्रॅक्स यांची कंत्राटं ठरू लागली. फंड वाटण्यात येऊ लागले. देशी-परदेशी दारूचे स्टॉक वाटले गेले. दौरे, व्याख्याने, प्रचारसभा यांच्या आखण्या होऊ लागल्या. नवे, ताजे झेंडे तयार करण्याची, त्यांना दांडे तयार करण्याची कंत्राटे घाऊक प्रमाणात दिली गेली. ठरल्याप्रमाणे संबळपूर तालुक्यावर या सर्वांचा मारा अधिक प्रमाणात करावयाचा, हेही ठरले.

या वेळच्या निवडणुकांनी पूज्य दादाजी दास्ताने काहीसे गोंधळून गेले. त्यांनी रिवाजाप्रमाणे अर्ज भरला. पण या वेळी सर्व तालुकाभर काहीसे वेगळेच वातावरण दिसत होते. कुठली कुठली परमुलखातली माणसं येऊन काही काही करत होती. सगळ्या तालुकाभर देशी आणि इंग्रजी दारूची लायसन्स मागेल त्यांना देण्यात आली होती. त्यात परक्या तालुक्यांचे धडाडीचे अनेक तरुण होते. नवे

उद्योग काढण्यासाठी ते धडपडत होते. सरकारी संरक्षण त्यांना मिळणार होते. लॉटरीची तिकिटं खपवत पोरं हिंडू लागली. ज्या ज्या लोकांना लाख लाख रुपयांची बक्षिसे एका रुपयात मिळाली त्यांचे फोटो, पत्त्यासह छापून जाहिराती वाटण्यात येत होत्या. प्रचारासाठी तंबूतील सिनेमे, तमाशे, नाच-गाणी येऊ लागली होती. सबंध संबळनेर तालुका म्हणजे एक प्रचंड जत्रेचं ठिकाण झालं होतं.

आरंभी आरंभी संबळनेर आणि संबळनेराच्या आसपासची दहा-पंधरा गावं या नव्या जत्रेला प्रतिसादच देईनात. पण हळूहळू चोरूनमारून सिनेमा-तमाशाला लोक येऊ लागले. घुटका घटकाभर देशी-विदेशी तीर्थ घेऊन गंमत वाटते का बघू लागले. शेव-चिवडा, चहा यांच्यासाठी पैसे खर्च करू लागले. दूध-केळीपेक्षा त्यांची चव काही वेगळीच आहे, याची त्यांना खात्री पटू लागली. दादाजी दास्तान्यांच्या सभांची गर्दी थोडी कमी होऊ लागली. 'प्रचारासाठी नव्या मंडळीत कोण कोण आलंय, काय काय म्हणतंय, निदान बघू तरी' असं म्हणून गावकरी मंडळी हंबीरराव देसाईच्या सभांना जाऊन बसू लागली. अशा वेळी हंबीरराव देसाई यांचे आळुंब्यासारखे उगवलेले पांढरे शुभ्र कापड्यातले तुकतुकीत काळेभोर कार्यकर्ते अनेक बैलगाड्यांतून, ट्रक्समधून आपले खास तयार श्रोते घेऊन जागोजागी आपल्याच सभा घेत, भाड्यानं आणलेल्या टाळ्या वाजवत, रोख चलनी नाणी देऊन विकत आणलेला जयघोष करीत, आक्रोश करणाऱ्या लाऊडस्पीकरमधून अल्सेशियन कुत्र्यांसारखे हवेवर भुंकू लागले. या सगळ्यांचा गडगडाट होऊन आभाळात ढग जमा होऊ लागले आणि आश्वासनांचा मुसळधार पाऊस पडू लागला. आरंभी आरंभी संबळनेरचे लोक मागे उभे राहून ही करमणूक पाहत. पण हळूहळू ते आता त्या सभांना श्रोत्यात जाऊन बसू लागले. नकळत टाळ्या वाजवू लागले. भाषणाची त्यांना चटक लागू लागली. ती ऐकण्यात गंमत वाटू लागली. दादाजी दास्तान्यांची भाषणं कमी गमतीची, एकसुरी, कंटाळवाणी वाटू लागली. सभा चालू असतानाच चाळीस-पन्नास फुटांवर दोन ट्रक्स उभे असत. तिथे गेल्यावर चिवड्याचं एक छोटं पाकीट नि कपभर चहा प्रत्येकाला मिळत असे. भाषण संपल्यावर पुन्हा दोन नवे ट्रक्स येत आणि कपकपभर देशी-विदेशी तीर्थ फक्त प्रौढ मतदारांना वाटत असत. नवाच आनंद निर्माण होत होता.

दुसऱ्या बाजूने सगळ्या संबळनेर तालुक्यात साखर स्वस्त होऊ लागली. रॉकेल सगळीकडं गोरगरिबांना विनासायास मिळू लागलं. दुष्काळी गावातल्या रेशनिंगच्या दुकानात बऱ्यापैकी धान्यं येऊ लागली. लोकांना ती रेशनकार्डावर मिळू लागली.

निवडणुकीचा दिवस जवळ येईल तशी रणधुमाळी वाढू लागली. दादाजी

दास्ताने यांच्या सभेच्या वेळी आजूबाजूंनी हंबीरराव देसाईचे लाऊडस्पीकर मोठमोठ्यानं गाणी म्हणत. कुठल्यातरी जागेवर करमणुकीचे कार्यक्रम जोरात सुरू होत. पुष्कळ वेळा त्या कार्यक्रमात 'पूर्वी कधीही पाहायला न मिळालेली व पुढे कधीही पाहायला मिळणार नसलेली', एखादी सिनेमा नटी, नाटक नटी किंवा जन्मभर एखाद्या इरसाल नटीसारखी राहिलेली नुसती नटी आलेली असे. त्यामुळे दादाजींच्या सभांना बसताना लोक कुचंबू लागले. करमणुकीच्या कार्यक्रमाकडे पळू लागले. आधल्या दिवशी पूज्य दादाजींची शांत, सात्त्विक सभा पार पडली की दुसऱ्या दिवशी हंबीरराव देसाईची प्रचंड गर्दीची, राजेशाही प्रचारसभा वाजत गाजत साग्रसंगीत चालू होई. प्रथम अतिशय चढ्या आवाजात हंबीरराव देसाई यांचे उपवक्ते भाषणे ठोकत. तोफा डागाव्यात तसे त्यांचे आवाज 'गेली तीस वर्षं हंबीरराव देसाई यांनी कशी सर्व महादेव राष्ट्राची लोकसेवा केली आहे', याची रसभरीत वर्णनं करत. हा रस चिकन-सागुतीच्या रसासारखा चवीला असे. ऐकणाऱ्या जनतेला ती मेजवानी वाटे. त्यानंतर धीर गंभीर आवाजात संबळनेरच्या जनतेला उद्देशून हंबीरराव बोलत. गेली तीस वर्षं ती जनता दादाजींच्या मागून कशी चुकीच्याच दिशेनं गेली आहे, हे पटवून देत. प्रथम ते दादाजींविषयी आदर दाखवत. मग 'नम्र मतभेद' व्यक्त करत. "दादाजींनी आता तरुण रक्ताला संधी द्यावी. गेली तीस वर्षं संबळनेर तालुक्यात एकही नवा आमदार तयार होऊ शकत नाही, ही सगळ्या संबळनेरच्या जनतेला लाजीरवाणी गोष्ट आहे. दादाजींनी सात्त्विक स्वरूपाची जबरदस्त हिटलरशाही इथं आणलेली आहे. एखाद्या बळीला शांतपणे विधीपूर्वक गळा दाबून ठार मारले जाते, तशी इथल्या माणसांची स्वतंत्रपणे विचार करणारी मनं दादासाहेबांनी आपल्या नेतृत्वानं शांतपणे गळा दाबून ठार केली आहेत. तरुण मनाला या तालुक्यात तर काहीच वाव नाही. सगळी मेंढरं दादाजींच्या मागोमाग मुकाटपणे जाताना दिसतात. लोकशाहीचा हा खून आहे. दादाजींनी आता तरुण रक्ताला संधी द्यावी.

तरुण रक्त हा राष्ट्राचा प्राण असतो, ते देशाच्या गतिमानतेचं चैतन्य असतं. हे तरुण रक्त स्वतंत्रपणानं वाढू दिलं तर अनेक दिशांनी ते फुलून येऊ शकतं. म्हणून कुण्या वृद्धांनी त्या रक्ताला धडे देण्यापेक्षा आणि ते निर्जीव करून त्याची नसबंदी करण्यापेक्षा त्या रक्ताला त्याच्या वृत्तिप्रवृत्तीनुसार वाढू दिलं पाहिजे. त्याला हवे ते धंदे काढू दिले पाहिजेत. हे धंदे शेवटी त्या व्यक्तीचा वैयक्तिक पातळीवर विकास साधतात आणि त्याच बरोबर देशाचाही विकास साधतात.

सगळेच प्रश्न सहकाराने सुटत नाहीत, हे कटू सत्यही आपण ध्यानात ठेवलं पाहिजे. सहकारानं व्यक्तीच्या वैयक्तिक कर्तृत्वाला कैद केलं जातं. तरुण व्यक्तीच्या तर हाता-पायात बेड्याच पडतात. तिला मुक्त सोडून तिच्या बुद्धिमत्तेचा

विकास घडवून आणला पाहिजे. सहकाराने बुद्धिमान माणसांची हानी होते. आपल्या संबळनेर तालुक्यात दादाजींच्या शिवाय एकही विचारवंत, बुद्धिवंत आमदार गेल्या तीस वर्षांत होत नाही, याचा अर्थ तोच आहे. ही दादाजींची पुच्छगती आणि जनतेची अतोनात हानी करणारी, देशाला चिंता वाटणारी बाब आहे. व्यक्तीने स्वतःच्या जिवावर, कर्तृत्वावर अनेक धंदे उभे केले पाहिजेत, अनेक उद्योग उभे केले पाहिजेत. अरे,संबळनेरची घरंसुद्धा एकमजली, एकसारखी मुंग्यांच्या वारुळासारखी वाटतात. या गावाला नाना प्रकारची, नाना सुखसोयीची, नाना रंगांची घरं, बंगले, इमारती असू शकतात, हे जणू माहीतच नाही. संबळनेरची जनता भारतात राहूनही भारताच्या मागे पडलेली आहे, असं वाटतं. एखादाही उद्योगपती, कारखानदार, महान व्यापारी या तालुक्यातून पुढे येऊ शकत नाही, याचा अर्थ इथली बुद्धी दादाजींनी गंजवली आहे.

व्यक्ती व्यक्तीच्या महान कर्तृत्वाचा गळा दादाजी घोटत आहेत नि तिचं आपल्याच मागोमाग येणारं गरीब, श्रद्धाळू मेंढरू करत आहेत.

वास्तविक संबळनेरच्या थोर ऐतिहासिक सांस्कृतिक परंपरा आहेत. ही पवित्र भूमी हिंदूंनी, आर्यांनी सुवर्णभूमी मानली होती. ही संबळभूमी अतिपवित्र आहे. 'संबळ' हे शंकराचं वाद्य आहे. ते वाजवणारा शंकर या भूमीत राहिला होता. इथं आपलं संबळ वाजवून ही भूमी त्यानं भारून टाकली होती. म्हणून हे 'संबळनेर' झालं आहे. चांदवड आणि सोनवडच्या मध्ये इथं 'सुरगंगा' वाहते आहे. ही सुरगंगा म्हणजे देवांची गंगा. शंकराच्या भेटीला येणारे देव या नदीत आंघोळ करून दर्शनाला जात असत. सुर म्हणजे देव, म्हणून ही सुरगंगा. या सुरगंगेत इंद्रसुद्धा स्नानाला येत असे.

त्यानं दिलेला शाप म्हणजे प्रत्येक वर्षी होळीच्या दिवशी इथं होणारा 'बृहन्नडा उत्सव' होय. त्याला नंतर 'हिजडे-जत्रा' असं प्राकृत नाव पडलं. हा उत्सव प्रत्येक वर्षी साजरा झाला नाही, तर या गावांना माझा शाप भोवेल असं इंद्रानं सांगितलं होतं. गेली आठ-दहा वर्षं दादाजींनी सुधारणेच्या नावाखाली हा उत्सव बंद केला. त्याचा परिणाम होऊन संबळनेरच्या आसपासची दहा-वीस गावं सोडली तर सगळ्या तालुक्यात वरचेवर दुष्काळ पडू लागला. लोकांत कलह माजू लागला.

मित्रहो, माझाही अशा समजुतीवर विश्वास नव्हता, पण आता तो निर्माण झाला आहे. परमेश्वरी शक्ती अज्ञात असतात. त्या अशा काही गोष्टी घडवून आणू शकतात. वास्तविक हा उत्सव पुन्हा चालू करण्यात आपले नुकसान काहीच नाही. पाहण्याचा दृष्टिकोन फक्त बदलला पाहिजे. ती एक आपली महान सांस्कृतिक परंपरा आहे. तिच्या पाठीमागे फार मोठा गहन विचार आहे.

आपल्या देवादिकांनी दुष्टांचं निर्दालन करण्यासाठी स्त्रीवेष धारण केलेला

होता. प्रत्यक्ष भगवान विष्णूंनी मोहिनीचे रूप घेऊन भस्मासुराचं भस्म केलं आहे. या संबळनेरचा भगवान शंकर तर अर्धनारी नटेश्वर आहे. प्रत्यक्ष महापराक्रमी अर्जुनाला बृहन्नडेचा स्त्रीवेष धारण करून युद्ध करावं लागलं आहे. राजस्थानात तर मधुराभक्ती नावाचा पुरुषांनी स्त्रीवेष धारण करून कृष्णाची भक्ती करण्याचा पंथच आहे. ही महान परंपरा म्हणजे संबळनेरचा 'बृहन्नडा उत्सव' होय. भारताची ती भूषणभूत परंपरा पुराण काळापासून चालत आली आहे. तिच्यात मनाला मुक्त आनंद मिळतो. मन निर्मळ होतं. प्रत्येक पुरुषात एक स्त्री आणि प्रत्येक स्त्रीत एक पुरुष लपलेला असतो, असे आजचे मानसशास्त्रज्ञसुद्धा म्हणतात. म्हणूनच आपल्या चेहऱ्यामोहऱ्याची मुलगी पुरुषाला होते आणि स्त्रीला तिच्या चेहऱ्याचा मुलगा होतो. याचं प्रात्यक्षिक म्हणजेच हा 'बृहन्नडा उत्सव' आहे. याच जन्मी पुरुषाला आपलं स्त्रीरूप प्रत्यक्ष पाहण्याचं भाग्य हा उत्सव देत असतो. तसा तो साजरा करण्यात स्वर्गीय स्वरूपाचा देवादिकांनी मान्य केलेला आनंद आहे.

सुदैवानं आता पाचच दिवसांवर 'बृहन्नडा उत्सवाचा' दिवस येतो आहे आणि सातव्या दिवशी मतदानाचा दिवस येतो आहे. अशा मोक्याच्या वेळी हा उत्सव आपण पुन्हा साजरा करणार नाही, तर कधी? आपण सर्वांनी मिळून हजारो वर्षं चालत आलेली परंपरा आणि गेल्या आठ-दहा वर्षांतच बंद पडलेली ही पवित्र गोष्ट या वर्षापासून पुन्हा चालू करू या. तुम्हा सर्वांच्या बरोबर मीही या सणात सामील होणार आहे, सारं महादेव राष्ट्र यात सामील होणार आहे, सारा भारत उद्या त्याच्यात आपण सामील करू या. संबळनेरकरांना मी आश्वासान देतो की, महादेव राष्ट्राचे सर्वच महान मंत्री आणि कार्यकर्ते या उत्सवात सामील होतील. त्यांना मी आणण्यासाठी प्राणाची बाजी नि जिवाचे रान करीत आहे. आपणही यात मुलाबाळांसह सामील व्हावं आणि बुजलेली ही उज्ज्वल परंपरा चालू करून नव्या युगाचे लोकशाहीने नटलेले संबळनेर घडवण्याचा पाया त्या दिवशी घालावा. जय महादेव राष्ट्र, जय भारत. संबळनेरच्या महादेवाच्या नावानं चांऽग भलं!''

असं जबरदस्त वक्तृत्वपूर्ण भाषण ते करीत. लोकांवर त्यातूनच आश्वासनाचा पाऊस पाडत. संबळनेरच्या जनतेला हे सगळं खरं वाटू लागलं. गेली तीस वर्षं खरोखरच आपलं काही तरी चुकतंय, असं वाटू लागलं. आपल्या भागांतून चांगली माणसं निर्माण होत नाहीत, हंबीररावांसारखा फड कुणी गाजवत नाही, असे विचार कुणी दादाजींना बिचकून मांडत नाही, असं जाणवू लागलं. राजा दशरथाकडून जसे दोन वर मागून घेऊन 'रिझर्व फोर्स' म्हणून कैकयीनं राखून ठेवले होते, तसे हंबीररावांनी मंत्र्यांकडून दोन वर मागून घेतलेले होते. संबळनेरची सगळी परिस्थिती, तेथील जनतेची सगळी मनःस्थिती सांगितली आणि बृहन्नडा

उत्सवाच्या उज्ज्वल परंपरेला पुनरुज्जीवित करण्याचा अग्रमान मुख्य प्रधानांनीच कसा स्वीकारायचा आहे, तेही सांगितलं.

मुख्य प्रधानांनी प्रथम हंबीररावांना मूर्खात काढलं. पण हंबीररावांनी लोकशाहीतील निवडणुका जिंकण्यासाठी या गोष्टींची कशी अटळ आवश्यकता आहे, हे पटवून दिलं. आपण लोकांच्या बारशापासून बाराव्यापर्यंतच्या निरनिराळ्या कार्यक्रमांना कसे जातो आणि लोकसंपर्क साधतो, हे पटवून दिलं. त्यामुळं मुख्य प्रधान तयार झाले. एवढेच नव्हे, तर त्यांनी संबळनेरचा अजिंक्य बालेकिल्ला आपणास मिळवावयाचा असेल तर सर्वच मंत्र्यांनी आणि कार्यकर्त्यांनी होळीच्या त्या पवित्र दिवशी बृहन्नडेचा वेष धारण करून धार्मिक भावनेने, परंपरा उज्ज्वलतेसाठी कसे हजर राहिले पाहिजे, याचे आदेशवजा निवेदन प्रसिद्ध केले.

होळीच्या दिवशी सकाळी सात वाजल्यापासूनच संबळनेरनजीकच्या चांदवड-सोनवड गावी सुरगंगेच्या काठावर तोबा गर्दी होऊ लागली. सगळ्या तालुक्यांतून जनता भक्तिभावानं दाढीमिशा घोटून, चोळी-लुगडं नेसून, हातांत बांगड्या नि कपाळाला मळवट भरून येऊ लागली. विशेषतः महादेव राष्ट्राच्या कानाकोपऱ्यातले सत्ताधारी पक्षाचे उमेदवार आणि त्यांचे शेकडो कार्यकर्ते आपले पांढरेशुभ्र पोशाख उतरवून चोळी-लुगडं नेसून, मुरके मारत, जनतेसमोर बांगड्या भरलेले हात जोडत, वाऱ्यावर फडफडणारे पदर कमरेत खोवत, जीपगाड्यांमधून, ट्रक्समधून, खास एस.टी. गाड्या बुक करून पवित्र सुरगंगेच्या काठावर जमा होऊ लागले. भारतातील लक्षावधी हिजडे सुरगंगेच्या पुण्याईनं तिथं जमा झाल्यासारखे दिसत होते. भारतीय लोकशाहीचं नेतृत्व केवळ एका सुरगंगेच्या काठावर बघायला मिळत असल्यानं लोक धन्य होत होते.

बरोबर नऊ वाजता पाणी नसलेल्या सुरगंगेच्या पात्रात ढोल, ताशे, नौबती, फटाके धडाधड वाजू लागले. सोनवड-चांदवडच्या दोन्ही तटांवर हिजडे विभागले होते. त्यांच्या मध्ये उभे राहून मुख्य प्रधानांनी प्रथम उद्‌घाटनाची ठोऽ ठोऽ ठोऽ बोंब ठोकली आणि कलहाला सुरुवात झाली. दोन्ही तटांवर हिजडे रिवाजाप्रमाणे एकमेकांना हातवारे करून, टाळ्या वाजवून, बोंब मारून, पदर खोवून शिव्या देऊ लागले. भाषणे करू लागले. तीस वर्षे चांगली तयारी झाल्यामुळं या कार्यक्रमाला रंगत येत होती. शिव्यांचा स्वर्गीय वर्षाव होत होता. बोंबांच्या नौबती झडत होत्या. संबळनेरच्या जनतेला लोकशाहीचा स्वर्ग खाली उतरून साक्षात संबळनेरच्या पवित्र भूमीवर उभा आहे, असं वाटत होतं. या सर्वांचा परिणाम मतदानाच्या दिवशी व्हायचा तो झाला. प्रचंड बहुमतानं हंबीरराव देसाई निवडून आले. संबळनेरचा शेवटचा गांधीवादी बालेकिल्ला सत्ताधारी पक्षाच्या हातात आला. पुन्हा जुन्या परंपरा सुरू झाल्या. नवे नवे धंदे सुरू झाले. नवीच भांडणे, नवे वशिले, नव्या तरुण

रक्ताचे नवे चाळे सगळे सुरू झाले. लोकशाहीला भरपूर खतपाणी मिळू लागलं आणि संबळनेरचा बालेकिल्ला आपल्या हातातून पुन्हा कधीही परत जाणार नाही अशी मुख्य प्रधानांची खात्री झाली.

... पूज्य दादाजी दास्ताने निवडणुकीच्या निकालाच्या आदल्या दिवशीच गांधीजीच्या प्रतिमेपाशी एकटेच आश्रमात मरून पडले होते, याची कुणालाच कल्पना नव्हती. पांढऱ्या पायांची लोकशाही संबळनेरात युगागमन करीत होती.

शिवरामाचे आरसे

गैबीच्या दर्ग्याच्या वाड्याकडच्या भिंतीला अनेक दुकानं आहेत. तिथं एक हॉटेल आणि एक शिवराम न्हाव्याचं दुकान अजूनही आहे. हॉटेल गेलं. पण त्या हॉटेलातल्या रेडिओवर मी सैगल मला नकळत ऐकला. कागलात हॉटेल चालवणारी बाई प्रथम तिथंच पाहिली. त्यामुळं ते लक्षात राहिलं असावं. पण शिवराम ठसठशीत आठवतो.

शिवरामाचं दुकान आजही तिथं आहे. शिवरामाशी फार लहानपणापासून माझं नातं जडलं. तिसरीत असल्यापासून मी त्याच्याकडे केस कापायला जात होतो. त्याच्या अगोदरचे आमचे न्हावी हे बैत्याचे असत. बैत्याचे असले तरी ते घराकडे येत नसत. मारुतीच्या देवळासमोर ते पाट टाकून बसत. त्यांच्याकडे जाऊनच हजामत करून यावं लागत असे. का कुणास ठाऊक, पण मला त्यांच्याकडची हजामत आवडत नव्हती. रामू न्हावी हा आमचा शेवटचा बैत्याचा न्हावी. त्यानं गालमिश्या राखल्या होत्या. त्याचं मला फार भय वाटे. त्यानं एकदा माझी मुंडी धरली की तो मला जराही वर बघू देत नसे. त्याच्या पाटावर आलकट-पालकट घालून मला बसावं लागे. अवघडून जात होतो. खाली मुंडी घातली की पाठीच्या कण्याला नि मानेच्या शिरेला ओढ लागे. कढ आले तरी तो सोडत नसे. त्याला वाटे, मी 'केस कापू नको' म्हणून सांगण्यासाठीच रडतोय! खरं तर माझं रडणं मानेला कढ आल्यानं नि पाठीला ओढ लागल्यामुळं असे. दादा म्हणे, "चल रे. डुई डुकरागत वाढलीया तुझी! तासलून आणू ना, चल." माझा चेहरा रडवा होई. काही सांगण्याची सोय नसे. चुकवाचुकवी केली की पाठीत दणका बसे. म्हणून मी पुढील असह्य प्रसंगाच्या कल्पनेनं रडका चेहरा करून उभा राही. पण दादा मला पुढं घालून चुकारीच्या वासराला कोंडवाड्याकडे ताणावं, तसं ताणवत नेत असे.

पुढं रामू न्हाव्यानं बैतं बंद केलं. तरी दादा रोख पैसे देऊन त्याच्याकडूनच माझी नि आपलीही 'डुई' करून घेई. पण शिवरामानं दुकान घातलं, नि मला त्याच्या

दुकानात जावंसं वाटू लागलं. एक दिवस माझ्या वडिलांना मी म्हणालो. ''दादा, माझी डुई वाढलीया. मला पैसे दे मी हजामत करून येतो.''

दादाला आश्चर्य वाटलं. डुईही खरंच वाढली होती. आनंदानं त्यानं मला हजामतीचे सुटे पैसे दिले. ''झटक्यासरशी जाऊन ये. असं जरा शाणं व्हावं पोराच्या जातीनं.'' म्हणून सांगितलं.

शिवरामाच्या दुकानात जावंसं वाटू लागलं, याला कारण तो डुई चांगली करत होता हे नाही. त्याच्या दुकानातले आरसे मी एकदा बाहेरून बघितले.

तसं माझ्या डोळ्यांसमोर ते दुकान थाटलं गेलं होतं. शिवरामच्या बापानं त्याला ते मोठ्या हौसेनं घालून दिलं होतं. शिवरामनं सहावी नापास होऊन शाळा सोडली होती. बापालाही वाटलं होतं, पोरगं धंद्यात घ्यावं. पण पोराची इच्छा तशी दिसत नव्हती. 'एवढी साऽवी नापास होऊन पुना गावाच्या डुया करत बसायचं' हे त्याला पसंत नव्हतं. तरी पाच-सहा वर्षं कशीबशी बापाच्या हाताबुडी त्यानं काढली. मग एक वर्ष कोल्हापूरला इतर काही नोकरी मिळते का पाहिलं; पण मिळाली नाही. म्हणून तिथंच पाहुण्याकडे एक वर्ष उमेदवारी केली नि कागलला आला. बापाला म्हणाला, ''असला गावठी न्हाव्याचा धंदा करण्यापेक्षा नव्या फेसनचा 'हेअर कटिंग सलून' काढू या.''

बापालाही ते पटलं. पण असलं सलून काढायला किती खर्च होईल याचा अंदाज कोल्हापूरच्या पाहुण्याकडे जाऊन केला, तेव्हा बापाचे डोळे पांढरे झाले. त्याच्या निम्मेही पैसे त्याच्याजवळ नव्हते.

तरी पोराचा हट्ट म्हणून त्यानं जिद्द धरली. मोडके बाजार धुंडाळले नि सामान गोळा केलं. त्याची डागडुजी करून दुकान चालू केलं. नवे, चांगले आरसे अतिशय महाग. म्हणून सहा जुने मोठे आरसे आणले. निळं व्हॉर्निश दिलेल्या दोन रंगीत खुर्च्या आणल्या. दर्ग्याच्या भिंतीकडेची जागा भाड्यानं घेऊन तिथं फळ्यांच्या साहाय्यानं पत्र्याचं छप्पर टाकलं. एका भिंतीकडे समोर दोन गावठी टेबलं ठेवली. हिसके मारून उघडायचे दोन ड्रॉवर त्यांना केले. त्यांत पैसे ठेवले जात. टेबलावर सगळी शस्त्रं आणि बाकीचं सामान ठेवलं जाई. टेबलासमोर त्या निळ्या खुर्च्या. त्यांची पुष्कळ दुरुस्ती केली; पण हलल्याबरोबर त्या ढुंगणाला चिमटा द्यायचा, त्या काही थांबत नव्हत्या. दोन्ही टेबलांच्या मध्ये एक रॉकेलचा फुटका डबा वरून उघडा करून केस भरायला ठेवला. आमच्या गावचे न्हावी पाणी ठेवायला पूर्वी बारड्या वापरत. तिच्यातच वाटी बुडवून हजामतीला पाणी घेत. दाढीला साबण न लावता हातानं पाणीच लावत. क्वचित धुण्याचा साबण दाढीला घासून हातानं फेस करीत. पण शिवरामनं पत्र्याचं एक पिंप करून घेतलं. त्याला चावी बसवली. 'नव्या फेसनचं पाणी' तो त्यातून घेऊ लागला.

दाढीला ब्रश वापरू लागला. धुण्याचा साबण बंद करून दाढीचा साबण वापरू लागला.

आणलेल्या आरशांपैकी दोन साधारण नवे दिसत होते, ते दोन्ही टेबलांवर खुर्च्यांसमोर बसवले. बरोबर त्यांच्या मागे दोन तेवढेच मोठे आरसे बसवले. शिवाय दर्ग्याच्या आत आलेल्या भिंतीला दोन तेवढेच आरसे ठोकून त्यांच्यासमोर गिऱ्हाइकांचं बाकडं ठोकलं. दोन बाकडी होती. एक सरळ टेबलाच्या विरुद्ध दिशेला आरशाच्या खाली, नि दुसरं रस्त्याच्या बाजूला असलेल्या दाराजवळ. दर्ग्याच्या भिंतीशेजारी दोन स्टुलं टाकलेली होती. दाराच्या वरच्या बाजूला बाहेर बोर्ड लावला होता : 'धी शिवराम हेअर कटिग सलून, कागल.'

शिवरामनं दुकान थाटल्यावर खुंटावरच्या नोकरदार गिऱ्हाइकांची गर्दी या दुकानात होऊ लागली. कचेरीतली माणसंही त्याच्याकडे येऊ लागली. शिवरामही जुना पेहराव न करता गांधीटोपी कुडतं आणि विजार असा कागलचा साक्षरांचा पोशाख करून कामाला उभा राहू लागला. कोल्हापूरचं 'पुढारी' वर्तमानपत्र रोज घेऊ लागला. तसा त्याला वाचण्याचा नादही होता.

त्याच्या दुकानचा रस्ता माझ्या शाळेला जाण्याच्या मार्गाला लागूनच शेजारी होता. शाळेला जाताना मी वाट वाकडी करून पुष्कळ वेळा गैबीच्या दर्ग्यात जे खेळ चालत, तिथं रेंगाळत, रमत असे. तिकडे जातानाच हे दुकान लागे. दुकान थाटलं तेव्हा या दुकानात मोठे सहा आरसे आले आहेत याची बातमी प्रथम मला लागली. दारातूनच आत डोकावून बघताना मला ते कळलं, आणि मी त्याच्या 'आरशाच्या दुकानातच हजामत करून घ्यायचं नक्की केलं.

दादाकडून पैसे मागून प्रथम जेव्हा मी रामू न्हाव्याला चुकवून त्याच्या दुकानात गेलो, तेव्हा मला बाकड्यावर बसायला सांगितलं. शिवराम गिऱ्हाइकाबरोबर सतत काहीतरी बोलतच होता. मी आरशासमोरच्या बाकड्यावर 'लंबर' कधी येतोय याची वाट बघत बसलो. आरशात बघू लागलो. माझ्या लक्षात आलं की माझे दोन्ही गाल कुणीतरी धरून खूप खूप लांब ओढलेले आहेत. ते तसेच ताणून धरलेले आहेत. गाल ओढणारे हात मात्र अज्ञात आहेत. माझं नाक कशानं तरी चपटं झालेलं आहे. त्याच्यावर कुणीतरी बडावणं मारल्यासारखं वाटतंय. माझे कान गणपतीसारखे आहेत. आणि एरवी लांबट असलेल्या माझ्या चेहऱ्याची रुंदी लांबीपेक्षा दुपटीनं जास्त झालेली आहे. मला माझा चेहरा ओळखूच येईना. इकडे-तिकडे बघितलं, तर माझ्या जवळ दुसरं कुणीच नव्हतं. मी एकदम बुचकळ्यात पडलो. आपलाच चेहरा आहे; मग असा का दिसतो आहे? आपल्या डोळ्यांत काही बिघाड झाला आहे काय?

क्षणभरानं मी जरासा हललो. चेहरा जरा वरखाली करून बघितला, तर तो

लाटा उठलेल्या पाण्यातल्या प्रतिबिंबासारखा आरशात हलला. माझी खात्री झाली की आरशातच काही बिघाड आहे. तोपर्यंत आरशात काही बिघाड असतो याची मला कल्पनाही नव्हती. मग मात्र मला सगळीच गंमत वाटायला लागली.

मी त्या चारही आरशांशी हळूहळू खेळ मांडला. खुर्चीसमोरचे दोन आरसे सोडले, तर प्रत्येक आरशाची तऱ्हा वेगळी होती. एक दुसऱ्यासारखा मुळीच नव्हता. साहित्यिकाप्रमाणे जो तो आपलं व्यक्तिमत्त्व सांभाळून होता. त्यात पडलेलं प्रतिबिंब आपलंच आहे हे ओळखायला थोडा वेळ लागला. तरी ते एकदा ओळखल्यावर मग गंमत वाटू लागली. माझं पायापासनं डुईपर्यंत सगळंच प्रतिबिंब त्यात पडत होतं. शेवटच्या आरशात मी वाकडातिकडा, उंच, बारीक दिसत होतो, तर तीन नंबरच्या आरशात माझ्या उंचीइतकीच माझी रुंदी दिसत होती. टिल्लू देशातल्या सर्वांत शक्तिमान पैलवानासारखा माझा आकार झालेला! दोन नंबरच्या आरशात कमरेच्या वरच्या भागाच्याच फक्त हालचाली होत होत्या; बाकी खालचा भाग जसाच्या तसा दिसत होता. त्या आरशात जऽरासं वाकून हसलो की माझे दात साधारणपणे पांढऱ्या पत्त्याच्या आकाराचे होत होते. ओठ एकमेकांवर झाकलेली दोन सुपं उघडी करावीत असे दिसत होते. मी किती भयानक होऊ शकतो याची कल्पना आली. तसा दिसलो, नि मला नकळतच मी एकदम राक्षसासारखा 'हॉऽ हॉऽ' करून हसलो. बसलेली मोठी माणसं उगाचच माझ्याकडे बघू लागली.

"काय रं? याड लागलंय काय तुला?"

काय झालं हा प्रकार लक्षात आल्यावर मी एकदम लाजलो नि खाली मुंडी घालून गप बसलो.

मग पहिल्या आरशाशीच बसून चाळा सुरू केला. त्यात माझी काळी टोपी उंच टोपल्यासारखी दिसत होती. तोंड बारीक चिंचोळं होत होतं. नाक गरुडासारखं दिसत होतं. पोटाचा भाग मात्र आरसाभर पसरलेला होता. त्याच्यावर खट्टे पडलेले दिसत होते.

शिवरामाच्या दुकानात मी तत्परतेनं केस कापायला जाऊ लागलो. त्याच्या दुकानात माझी पाळी जितक्या उशिरा येईल तेवढं बरं वाटू लागलं. हळूहळू मी शाळेतल्या दोस्तांना तिथं जाऊन गंमत दाखवू लागलो. अनेक जण मग तिथंच केस कापायला जाऊ लागले. आत गेल्याशिवाय आरशाची खरी गंमत कळत नसे. केस कापणाऱ्या माणसाचं पाठमोरं डोकं दोन नंबरच्या आरशात काळ्या भिंतीसारखं दिसे नि शिवरामची कात्री चालवणारी बोटं सापासारखी वळवळत पुढे जात. बाकड्यावरून उठून खुर्चीकडे जाणारा एखादा माणूस त्यात हत्तीसारखा दिसे. त्याचा हलणारा हात अजगरागत वळवळे. शिवराम मात्र सतत काहीतरी बडबडत असे, आणि त्याच्या बडबडण्यानं लोक खो खो हसत असत.

त्या वेळी गोष्टीची पुस्तकं वाचण्याचा नाद मला फार लागला होता. हे बघ, ते बघ करत खूप भटकायचं; नाहीतर मिळेल ते पुस्तक वाचायचं नि त्यातच रमायचं, अशी ती चमत्कारिक सवय होती. गोष्टीतलं विश्व कुठल्यातरी लांबलांबच्या मुलखात खरोखरच आहे, असं वाटत होतं. एखाद्या राजपुत्रासारखं भटकत जावं, पराक्रम करावेत, त्याच्याप्रमाणेच आपणही सुंदर राजकन्या मिळवावी, असं वाटत असे. आठआठ दिवस मी त्या विश्वातच दंग होऊन जाई.

झोपण्याअगोदर एक दिवशी न हसणाऱ्या राजकन्येची गोष्ट मी वाचली. रात्री एक स्वप्न पडलं. स्वप्नात मी शिवरामाच्या दुकानात एका मध्यरात्री हळूच जाऊन त्याचे दोन आरसे पळवून आणले. माझ्या घोड्यावर बसून कागल गावाच्या दक्षिणेला जी एकुलती एक वाट जाते, त्या वाटेनं भरधाव निघालो आणि त्या राजकन्येच्या दरबारात येऊन दाखल झालो. अनेकांनी अनेक प्रयत्न करूनही ती न हसणारी राजकन्या माझ्यासमोर बसवली गेली. मी नुसते दोन्ही आरसे तिच्यासमोर धरले नि जरा इकडेतिकडे, वरखाली हलवले; तर राजकन्या आपली प्रतिबिंबं बघून खुदूखुदू हसू लागली, उठून ती जवळ यायला लागली, तर जास्तच हसू लागली. मला राजानं अर्ध राज्य नि राजकन्या बहाल केली. मग मी सबंध राज्यातून गावोगावी, चौकाचौकात असलेच आरसे बसवले. राजकन्येच्या महालातही बसवले. तर सगळे लोक रोज पोट धरधरून हसतच होते. प्रजा एकदम सुखी होऊन गेली.

सकाळी उठलो नि चुकल्याचुकल्यासारखं वाटू लागलं. उठून मग शिवरामाच्या दुकानाकडे जाऊन आलो. चारीही आरसे भिंतीवर होते, आणि दोन आरसे खुर्चीसमोर होते! शिवराम आपला पुढे बघून बडबडत होता.

त्याच्या दुकानावरून जाणारी वाटच पुढे कागलच्या दक्षिणेला जात होती. त्या वाटेनं गावाच्या बाहेर गेलो. खरोखरच ती वाट मात्र पुढे-पुढे सरळ दिशेनं खूपच लांब गेलेली दिसली. एकटी-एकटी वाटत होती, त्या वाटेवर नक्की कुठंतरी ते राज्य भेटेल याची खात्री झाली.

शाळेत गेलो नि संधी साधून मास्तरांना विचारलं,-

"मास्तर, आपल्या गावाच्या दक्षिणेकडची वाट कुठं जाती?"

"तो रस्ता पुढे निपाणी-संकेश्वर-बेळगावला जातो; - का रे?"

"काय नाही." मी गप्पच बसलो. काहीसा नाराजच झालो. गुरुजींनी सांगितलेल्या नावांत त्या राज्याचं नावच नव्हतं. भलतीच नावं त्यांनी सांगितली.

राजकन्या नि तिचं राज्य त्या आरशांनी मला मिळवून दिलं होतं, तरी हळूहळू काही ना काही निमित्तानं ते सगळं मनातून विरघळत गेलं. मी मोठा होत गेलो. आरसेही थोडे ओळखीचे झाले. त्यांचं कौतुक फारसं वाटेनासं झालं. मग माझं लक्ष शिवरामच्या बोलण्याकडे अधूनमधून जाऊ लागलं.

शिवराम मूळचा, आमच्या गावापासून एकदीड मैलावर असलेल्या लिंगनूरचा. तो गावाकडे जाऊन-येऊन होता. केस कापताना तो लिंगनूरच्या अनेक भानगडी खुर्चीत बसलेल्या किवा शेजारच्या बाकड्यावर बसलेल्या गिऱ्हाइकाला सांगत असे. लिंगनूरचा एक इनामदार कागलला एका घोड्याच्या गाडीतून नेहमी येत असे. त्याचा डौल बघण्यासारखा असे. कागलची माणसं त्याच्या दराऱ्याखाली वागत. त्याचं खरं रूप शिवरामनं डोई करताकरता सगळ्या गावाला सांगितलं. बेचाळीसच्या काळात तो इनामदार, मांग आणि रामोशी यांना घेऊन दरोडे कसे घालीत होता नि बेचाळीसच्या धामधुमीचा त्यानं कसा फायदा घेतला, तुटलेलं सोनं-चांदी घरातच कसं वितळवलं, हे त्यानं सांगितलं. त्याच्या जोरावर कागलचा रुद्राक्ष सोनार कसा गब्बर झाला, हेही त्यानं गिऱ्हाइकाच्या तोंडावर पाणी मारतामारता खालच्या आवाजात सांगितलं.

जहागीरदारसारखा वाटणारा हा इनामदार तेव्हापासून मला दरोडेखोरासारखा वाटू लागला. रुद्राक्ष सोनाराच्या दुकानातली खाली मुंडी घालून कामं करणारी सगळी माणसं चोरीच्या दागिन्यांनाच दुसरा आकार देत चोरासारखी मुकाट बसली आहेत, असं वाटू लागलं. गोष्टींच्या परिणामासारखेच त्याचेही परिणाम माझ्यावर होऊ लागले.

रुद्राक्ष सोनाराच्या दुकानात आई-दादाबरोबर फार लहानपणापासनं मी जात होतो. रुद्राक्षअण्णा शंकराच्या त्रिशूळासारखं गंध लावून बसलेले असत. नाकपुड्यांपाशी चाळशी ठेवून ते सतत ऐरणीवर वाकून काहीतरी बडवत असत. त्यांच्या दुकानाच्या चारीही भिंतींवर देवांचे रंगीत फोटो एकाला एक चिकटवून रांगेनं बसवलेले होते. एकेक फोटो, म्हणजे एकेक पुराणप्रसंग. आईला मी त्याविषयी विचारी. आई ते आपल्या परीनं स्पष्ट करून सांगे. दादा तोवर रुद्राक्षअण्णाशी दागिन्यांविषयी बोलत असे. देवादिकांच्या पराक्रमाची पुस्तकं वाचल्यानं त्या फोटोंकडे बघून मला वाटे, इंद्राचा दरबार म्हणतात तो हाच! उलट पुस्तकं वाचताना 'इंद्राचा दरबार' हा शब्दप्रयोग आला की रुद्राक्षअण्णाच्या साक्षीनं भरलेल्या त्या दरबाराचंच चित्र माझ्या मनासमोर उभं राही नि रुद्राक्षअण्णा त्या देवांचेच दागिने घडवीत खाली बसले आहेत, असं वाटे. ते देवांचे सोनार वाटत.

पण शिवरामानं त्यांच्याविषयी सांगितल्यावर तो माणसाचं रूप घेतलेला नि देवांना फसवत असलेला दुष्ट राक्षसच आहे, अशी खात्री झाली. त्यांच्या दुकानासमोरून जाताना किंचित भीतीही वाटू लागली. माझ्या गळ्यातली सोन्याची पेटी दादानं त्याच्याच दुकनातून घेतली होती. त्या दुकानावरनं पुढं गेलो की बराच वेळ माझा हात त्या पेटीशी चाळा करण्यात जाई. चुकून ती जादूनं गडप होईल, किंवा तिच्यातून काहीतरी बोरातून अळीचा सर्प होऊन जसा निघाला तसं कुणीतरी निघेल

असं उगीचच वाटू लागलं. कारण तो माणसाचं रूप घेऊन देवांना फसवणारा राक्षस वाटत होता.

शिवरामानं माझ्या त्या पोरवयात काहीही सांगितलं तरी मला खरं वाटे. त्याची सांगण्याची रीत प्रभावी होती. तो एखादी गोष्ट संवादांत सांगे. मग हळूच त्या माणसाचं विनोदी वर्णन करे. त्याचा चेहरा कसा पडला, त्यानं त्याची गचांडी कशी धरली, त्यानं चढा आवाज कसा काढला, तो कसा ओरडला याची तो नक्कल करून, स्वतःचा चेहरा पाडून, हवेतच कुणाची तरी गचांडी धरून दाखवी; आणि सगळं चित्र मनासमोर उभं राही. त्याच्या दुकानात येणाऱ्या प्रत्येक माणसाकडे तो काम करताकरता प्रथम तिरप्या नजरेनं पाही. त्यामुळं त्याला सगळी माणसं तिरकसच दिसत असत की काय, कोण जाणे. कारण आमच्या नजरेला जे दिसायचं नाही ते त्याला दिसायचं. असं असलं तरी शिवराम गावातली काही ठळक माणसं हुबेहूब रंगवी. तो त्यांची बिंगं सांगे आणि ती माणसं आमच्या मनात कायमची ठसवी.

गल्लीत पोरांत मी गोष्टी करत बसलो की शिवरामाप्रमाणं गल्लीतल्या माणसांच्या काल्पनिक भानगडी पोरांना सांगू लागलो. शिवरामाच्या पद्धतीनं त्यांची नक्कल करू लागलो. ज्यांच्याविषयी मी सांगत असे, ती माणसं मी बोलत असतानाच माझ्या मनात निराळेनिराळे आकार घेत, निरनिराळ्या भानगडी मनातच करत. ह्याची भानगड तो करतोय, त्याची भानगड हा करतोय, मीच केलेल्या काही भानगडी हीच माणसं करताहेत, असं वाटे. मी ते पोरांना माझ्या मनाकडे बघतबघत सांगू लागे. गंमत यायची. गल्लीतली पोरं माझं बोलणं ऐकायला जास्तजास्त गोळा होऊ लागायची. मी आमच्या गल्लीतला शिवरामच झालो. ज्याची त्याची हजामत करू लागलो.

हळूहळू मी हायस्कूलचा, नंतर कॉलेजचा विद्यार्थी होत गेलो. शिवरामची ओळख घनिष्ठ होत गेली. कागलापासून कोल्हापूर अगदी बारा मैलांवर. मी जरी कॉलेजला शिकायला कोल्हापूरला गेलो, तरी आठ-पंधरा दिवसाला कागलला जात असे. कोल्हापूरला परत येताना शिवरामकडूनच केस कापून येत असे. कोल्हापूरपेक्षा कागलात स्वस्ताई होती. एका केसकापणीमागे चार आणे सुटत असत. शिवरामशीही गप्पा मारता येत असत.

शिवरामाचे आरसेही खूप ओळखीचे होऊन गेले. सवयीनं मला त्यांतल्या प्रतिबिंबांचं हसं येईनासं झालं. कागलही खूप बदलत गेलं होतं. मोठमोठ्या चांगल्या आरशाची दोन-चार 'हेअर कटिंग सलून्स' कागलात झाली होती. आता हे शिवरामाचे आरसे म्हणजे त्याच्याच थट्टेचा विषय होऊन बसले होते. तरी तो आरसे बदलत नव्हता. शिवराम आता कागलातच राहत होता. त्याला मुलंही सरकारी धोरणाला न जुमानता भरपूर झाली होती. त्याची जरा ओढगस्तच सुरू झाली असावी. ...

आता त्याच्या दुकानात 'सकाळ' येत होता.

मी केस कापून घेत असताना मला त्यानं एक गोष्ट विचारली, "आमच्या बाबूरावसाठी कालेजची एक पोरगी बघा की."

"कोण बाबूराव?"

"बाबूराव चौगुले हो! आपल्या तवणूअण्णांचा पोरगा."

"त्याला काय करायची कॉलेजची पोरगी? त्यो नुसता सातवी पास तर झालाय!"

"तरी काय झालं? धाबारा एकराचा मळा हाय. चावडीत सरकारी कामं बघतोय. आता येवढं असल्यावर कालेजची पोरगी न्हाई म्हणणार हाय?"

"नसली तरी बाब्याला रूप कुठं हाय? हत्तीच्या पिल्लागत सुटलंय! एका डोळ्यात फूल पडलंय. बोलताना कायम त्यो डोळा झाकूनच बोलतं. शिवाय आवाज चिरका!"

"पर त्येचं काय हाय, त्येला कालेजचीच पोरगी पाहिजे हाय. आतापत्तोर त्यो नटीच्याच नादात हुता. पर ते जमणं अवघड हाय हे कळल्यावर आता कालेजच्या पोरीच्या इचारावर आलाय. पोरगी नकटी, काळी असली तरी चालंल हो! पावडर लावून आम्ही तिला उजळ करू."

"पर नाकाचं काय?"

"नकटं नाक असलेलं बरंच की! मुका घ्यायला बरं पडतंय. त्येला तयार हुईल त्यो."

"मग ती काळी, नकटी किसनी का बघत न्हाईस? रोज ठुमकत जाती की पाण्याला तुझ्या दुकानावरनं. तिला सावारी पाताळ नेसवलं की झाली कॉलेजकुमारीण."

"इचारल की तिला! बाबूरावनंच अगदी डायरेक इचारल."

"मग?"

"पर म्हणाली, 'आधी तेवढा डोळा नीट करून या; मग लगनाचं जमतंय का बघू.'"

बसलेल्या लोकांत सारखा हशा पिकत होता. तोवर प्रत्यक्ष बाबूरावच कोट खांद्यावर टाकून आला. मग सगळीच एकदम हसायला लागली. बाबूरावचं तिकडे लक्षच नाही.

"शिवऱ्या, एवढी दाढी अर्जंट कर! कोल्हापूरला चाललोय."

"का? पोरगी बघाय काय?"

"हं."

माणसं पुन्हा खुसुखुसू हसली. शिवराम गंभीरच. माझं झाल्यावर बाबूराव खुर्चीत जाऊन बसलाच. मीही दोन मिनिटं बसावं म्हणून बसलो "मग असं करा की

बाबूराव,'' सहज बोलल्यागत बाळू जाधव बोलला, ''आता कोल्हापूरला पोरगी बघायला चाललाईसा, तर शिवरामच्या दुकानातला त्यो तुमच्या मागचा आरसा घेऊन जावा की.''

''कशाला?''

''त्येचं काय हाय, पोरी लईच देखण्या असतील तर त्यास्नी म्हणावं, 'बाई, तुझं खरं रूप कसं हाय ते जरा ह्या आरशात बघ.' तुम्हास्नी पैज लावून सांगतो, त्येंनी जर का ह्या आरशात बघितलं, तर तुम्हास्नी 'मला त्योच न्हवरा पाहिजे' म्हणून न्हाई मिठी मारली तर इचारा!''

''ते कसं काय?''- शिवराम.

''ते तसंच हाय हो! माणूस कितीबी देखणं असलं तरी ह्या आरशात त्येचं माकाडच दिसतंय! आणि बाबूरावाबरोबर माकाड लग्नाला न्हाई म्हनंल?''

सगळीच खो खो हसू लागली.. बाबूरावही त्यात सामील झाला.

''बाबूराव, तुम्ही कवा त्या मागच्या आरशात बघता का न्हाई?''

''न्हाई बा! का?''

''जरा पोरी बघाय जायच्या आदुगर आपलीबी छबी ह्या मागच्या आरशात बघून जावा. म्हंजे तुम्हास्नीबी कळंल की समोरची पोरगी कुणाबरोबर लगीन करणार हाय- काय?''

''एऽ शिवराम! हत्येच्या आयला, बाऽस झाली थट्टा! कर माझी दाढी. लौकर जायचं हाय मला.''

हशा पिकत होता. शिवराम आपलं डोसकं केसाकेसागणिक लढवत होता. कागलाच्या काखेतला त्याला केस नि केस माहीत होता.

पुढं माझं कागल नि कोल्हापूरही सुटलं, आणि मी नोकरीच्या निमित्तानं परगावी गेलो. सुटीत जात होतो; पण लगेच परतत होतो. त्यामुळे शिवरामाची भेट बरीच वर्षं झाली नाही. या काळात मी कथा लिहू लागलो होतो. शिवरामावर एक कथा लिहिली होती. ती कथा असलेला संग्रहही नंतर लवकरच तयार झाला.

सुटीत गावाकडे जाताना वाटलं, शिवरामाला हा संग्रह वाचायला देऊन चकित करावं. त्यानं गावातल्या एका त्याच्या उधारीबुडव्या गिऱ्हाइकाची अर्धीच डोई करून अर्धी तशीच ठेवली होती. आपल्या दोन मुलांची आणि आपली हजामत एकदमच करून जाणारं हे इरसाल गिऱ्हाईक होतं. अर्धी डोई झाल्यावर शिवरामानं त्याला सांगितलं, ''शंकरराव, पोरास्नी आता घराकडे पाठवा नि माझ्या तटलेल्या उधारीचे पैसे आणायला सांगा. पैसे आणल्यावर उरलेली डुई करून टाकू. तवर बसा.'' असं सांगून सकाळी आठ ते बारापर्यंत त्याला तसाच बसवून उधारी वसूल केली होती. त्यावरची ती कथा होती.

गावी गेल्यागेल्या त्याला तो संग्रह दिला नि 'वाच' म्हणून सांगितलं. आरसे तेच होते. त्यांच्या चौकटी जुनाट होऊन गेलेल्या. परत जाताजाता मी त्याला म्हणालो, "शिवराम, बदलून टाक की आता हे आरसे."

तो हसला : "आरसे बदलायचे न्हाईत, सायेब. त्येच्या पुण्याईवर तर मी अजूनपतोर हुबा हाय. मी मेल्यावरच पोरांनी काढलं तर काढलं."

मी नुसता हसलो नि परतलो.

महिनाभरानं परत जायचे दिवस आले. मी शिवरामाकडे केस कापायच्या निमित्तानं गेलो.

"काय, वाचला का संग्रह?"

"कवाच वाचला! तुमच्या सगळ्या कत्ता आमच्या आरशागतच हाईत. अवो, सगळी माणसं कागलातीलच गोळा केलाईसा. नावं, घरं, गल्ला समद्या आलटूनपालटून वळखू येत्यात. ...मज्जा वाटली वाचाय."

माझ्याशी बोलतबोलत शिवराम कुणाची तरी दाढी करत होता. पाळीप्रमाणं माणसं जागेवरनं उठत होती. खुर्चीत जाऊन बसत होती. खुर्चीतली उठून आरशासमोर उभी राहून कपडे झटकत, चेहरा साफ करत होती. माणसं उठताना, बसताना, खुर्चीकडे जाताना त्या आरशात त्यांची वेडीवाकडी रूपं दिसत होती. मनात एक विचार चमकून गेला : ह्या सरळ दिसणाऱ्या प्रत्येकात अशी वेडीवाकडी रूपं मुळातच दडून बसलेली आहेत; ही इथं दिसतात. एकात अनेक वेडीवाकडी दडलेली रूपं असतात. त्यांचेच हे आरसे.

माझी पाळी आली. मी खुर्चीत जाऊन बसलो. उगीचच जाणीव झाली की माझीही वेडीवाकडी सहा रूपं तरी आता या आसपासच्या आरशांत पडलेली असणार. मी हळूच समोरच्या आरशात बघितलं. त्या आरशात पाठीमागच्या आरशाचं प्रतिबिंब पडलेलं होतं. त्यात पुन्हा समोरच्याचं प्रतिबिंब, आणि त्यात पुन्हा मागच्याच प्रतिबिंब. अशी अनंत प्रतिबिंबं आणि त्यात माझी अनंत वेडीवाकडी रूपं. मीच माझ्यातला अनंत वेडावाकडा.

मग शिवरामानं काहीतरी बोलणं सुरू केलं. माझ्या कथांतली पात्रं सध्या इथं काय काय उद्योग नि भानगडी करतात ते तो सांगू लागला. मग निवडणुकांवर घसरला. कार्यकर्त्यांच्या अनेक काळ्याबेऱ्या गोष्टी सांगू लागला.

मी उठताना तो शेवटी म्हणाला, "आणखी काय तुमचं असलं तर वाचायला देऊन जावा जाताना."

"बर."

गुळगुळीत झालेल्या मानेवरनं हात फिरवीत मी परतलो. अनेक वर्षांनी भेटलो होतो; पण बोलताना एक नवी गोष्ट लक्षात आली की, शिवरामाची अनेक वाक्यंच्या

वाक्यं मी माझ्या कथांतून पेरलेली आहेत. त्यानं सांगितलेल्या भानगडीच मी पुष्कळ ठिकाणी पात्रांच्या घटना म्हणून वापरलेल्या आहेत. त्यानं रंगवलेली माणसंच मी जरा वाङ्मयीन जाणिवेनं रंगविलेली आहेत. मी म्हणजे शिवरामच झालोय! अनेकांना मी वेडीवाकडी रूपं दिली. माझ्या कथा म्हणजे शिवरामाचे आरसेच! त्यांत माझीही वेडीवाकडी अनंत रूपं आहेत. शिवराम हाही एक जिवंत आरसा आहे. त्याच्या मनाची सहा रूपं म्हणजे ते सहा आरसे. म्हणजे एकूण तिथं सात आरसे आहेत.

नाही, ते सहा आरसे एकमेकांसमोर आहेत. त्यांत सहा- अनंत प्रतिबिंबे पडलेली असतात. शिवरामाचा स्वयंभू सातवा आरसा. त्यात शेकडो- अनंत प्रतिबिंबं आहेत. वरवर सरळ दिसणाऱ्यांना शिवराम वाकड्या रूपातच बघतो. खरं तर वरवर सरळ दिसणारे सगळे आत वाकडेच असतात. शिवरामानं हे आरसे काढता कामा नयेत. ते तसेच ठेवले पाहिजेत. बघू देत प्रत्येक जण स्वतःला नीट तिथं. नाहीतर शिवरामाचा एकेक आरसाच गावातल्या प्रत्येक चौकात लावला पाहिजे. मंत्र्यांच्या खोलीत त्याचे सहाही आरसे एकमेकांसमोर लावले पाहिजेत.

माझ्या लक्षात आलं : माझ्या अनुभवविश्वात शिवरामाची अनंत कोटी प्रतिबिंबं कोपऱ्याकोपऱ्यावर उभी आहेत. माझं मन त्या माझ्या गावच्या गैबीच्या दर्ग्यापाशी बराच वेळ रेंगाळत का राहिलं, याचं कोडं मला त्या वेळी सुटलं.

www.ingramcontent.com/pod-product-compliance
Lightning Source LLC
LaVergne TN
LVHW020003230825
819400LV00033B/978